히어로 왕초보
# 베트남어 단어

# 히어로 왕초보
# 베트남어 단어

초판 2쇄 발행　2019년 9월 10일
초판 1쇄 발행　2017년 8월 30일

| | |
|---|---|
| **저자** | 김승민 · 번아잉(Nguyễn Thị Vân Anh) |
| **기획** | 김은경 |
| **편집** | 이지영 |
| **발행인** | 조경아 |
| **발행처** | **랭귀지북스** |
| **주소** | 서울시 마포구 포은로2나길 31 벨라비스타 208호 |
| **전화** | 02.406.0047　　　　　**팩스**　02.406.0042 |
| **홈페이지** | www.languagebooks.co.kr |
| **이메일** | languagebooks@hanmail.net |
| **등록번호** | 101-90-85278　　　　**등록일자** 2008년 7월 10일 |
| **ISBN** | 979-11-5635-068-2 (10730) |
| **값** | 8,500원 |

ⓒ**LanguageBooks**, 2017

이 책은 저작권법에 따라 보호받는 저작물이므로 무단 전재와 무단 복제를 금지하며,
이 책 내용의 전부 또는 일부를 이용하려면 반드시 저작권자와 **랭귀지북**스의
서면 동의를 받아야 합니다. 잘못된 책은 구입처에서 바꿔 드립니다.
이 도서의 국립중앙도서관 출판예정도서목록(CIP)은 서지정보유통지원시스템 홈페이지
(http://seoji.nl.go.kr)와 국가자료공동목록시스템(http://www.nl.go.kr/kolisnet)에서 이용
하실 수 있습니다.(CIP제어번호: CIP2017017963)

# 히어로 왕초보
# 베트남어 단어

**Language Books**

# Preface 머리말

내 손안에 쏙 들어오는 〈**히어로 왕초보 베트남어 단어**〉는 일상에서 쓸 수 있는 베트남어 단어만을 담았습니다. 베트남 여행, 해외출장 및 미팅, 이민뿐만 아니라 한국에 거주하는 베트남 사람이 증가하면서 베트남 사람을 만날 기회가 많아졌습니다. 더군다나 인터넷과 SNS의 발달로 외국인 친구 사귀기는 마음만 먹으면 쉽게 할 수 있습니다.

자신 있게 〈**히어로 왕초보 베트남어 단어**〉를 꺼내 보세요.

나의 베트남어 실력을 빛나게 할 작지만 강한 책으로 이제 당신도 베트남어 히어로가 될 수 있습니다.

김승민·번아잉

## **About this book** 이 책의 특징

● **막힘없이 쉽게!**

왕초보부터 초·중급 수준의 베트남어 학습자를 위한 필수 단어 포켓북입니다. 베트남에서 가장 많이 쓰는 필수 어휘를 엄선해, 소개부터 쇼핑, 여행, 사건&사고까지 세세하게 구성했습니다. 일상생활에서 꼭 필요한 대표적인 주제 34개를 선정해 약 2,500여 개의 어휘를 담았습니다.

● **리얼 발음으로 쉽게!!**

왕초보도 베트남어를 쉽게 읽을 수 있도록 원어민 발음에 최대한 가까운 한글 발음을 표기했습니다. 한글 발음 표기로 이제 자신 있게 리얼 발음을 구사해 보세요.

● **어디서나 쉽게!!!**

한손에 쏙 들어오는 크기로, 24시간 주머니 속에 넣고 다니며 필요할 때마다 꺼내 어휘를 익힐 수 있습니다. 지금부터는 포켓 사이즈 〈**히어로 왕초보 베트남어 단어**〉로 언제 어디서든 마음껏 확인해 보세요.

## ● 베트남어 문자

MP3. B00_1

베트남어의 기본 알파벳은 29개이며, 12개의 모음과 17개의 자음으로 구성되어 있습니다. f, j, w, z가 없고, 복자음과 이중모음이 있습니다. 또한 베트남에는 6가지 성조가 있습니다. 알파벳이 같아도 성조가 다르면 뜻이 완전히 달라지기 때문에 각별히 주의해야 합니다. (* 베트남 북부와 남부의 발음이 다른 문자도 있습니다. 이 책에서는 베트남의 북부에 위치한 수도 하노이의 표준어를 기준으로 표기하였습니다.)

## 1. 모음 12개

| 알파벳 | | 명칭 | 한국어 음가 | 예 |
|---|---|---|---|---|
| 대문자 | 소문자 | | | |
| A | a | a 아 | ㅏ | cá 까 생선 |
| Ă | ă | á 아 | ㅏ | chăn 짠 이불 |
| Â | â | ớ 어 | ㅓ | chân 쩐 다리 |
| E | e | e 애 | ㅐ | em bé 엠 베 아이 |
| Ê | ê | ê 에 | ㅔ | đêm 뎀 밤 |
| I | i | i ngắn<br>이 응안 | ㅣ | im lặng 임 랑<br>조용하다 |
| O | o | o 어 | ㅓ<br>('오'와 '어'의<br>중간 발음) | ong 엉 벌 |
| Ô | ô | ô 오 | ㅗ | ống 옹 파이프 |

| | | | | |
|---|---|---|---|---|
| Ơ | ơ | ơ 어 | ㅓ | cơm 껌 밥 |
| U | u | u 우 | ㅜ | chu đáo 쭈 다오 자상하다 |
| Ư | ư | ư 으 | ㅡ | mứt 믇 잼 |
| Y | y | y dài 이 자이 | ㅣ | ký tên 끼 뗀 서명하다 |

2. **자음** 17개

| 알파벳 | | 명칭 | 한국어 음가 | 예 |
|---|---|---|---|---|
| 대문자 | 소문자 | | | |
| A | a | a 아 | ㅏ | cá 까 생선 |
| Ă | ă | á 아 | ㅏ | chăn 짠 이불 |
| Â | â | ớ 어 | ㅓ | chân 쩐 다리 |
| B | b | bê 베 | ㅂ | bố 보 아버지, 아빠 |
| C | c | xê 쎄 | ㄲ | cam 깜 오렌지 |
| ① D | d | dê 제 | ㅈ | dạy 자이 가르치다 |
| Đ | đ | đê 데 | ㄷ | đông 동 붐비다 |
| E | e | e 애 | ㅐ | em bé 엠 베 아이 |

7

| | | | | |
|---|---|---|---|---|
| Ê | ê | ê 에 | ㅔ | đêm 뎀 밤 |
| **G** | **g** | gờ 거, giê 제 | ㄱ | gà 가 닭 |
| **H** | **h** | hát 핱 | ㅎ | hạt 핱 씨앗 |
| I | i | i ngắn 이 응안 | ㅣ | im lặng 임 랑 조용하다 |
| **K** | **k** | ka 까 | ㄲ | thước kẻ 트억 께 자 |
| **L** | **l** | e lờ 애 러 | ㄹ | lông 롱 털 |
| **M** | **m** | e mờ 애 머 | ㅁ | mẹ 메 어머니, 엄마 |
| **N** | **n** | e nờ 애 너 | ㄴ | ném 넴 던지다 |
| O | o | o 어 | ㅗ | ong 엉 벌 |
| Ô | ô | ô 오 | ㅗ | ống 옹 파이프 |
| Ơ | ơ | ơ 어 | ㅓ | cơm 껌 밥 |
| ② **P** | **p** | pê 뻬 | ㅃ | pê đan 뻬 단 페달 |
| ③ **Q** | **q** | qui 꾸이 | ㄲ | bánh quy 바잉 꾸이 쿠키 |

| ④ R | r | e rờ<br>에 러 | ㄹ | rán 잔 튀기다 |
| ⑤ S | s | ét sì<br>엩 씨 | ㅆ | sẹo 쎄오 흉터 |
| T | t | tê 떼 | ㄸ | tiết kiệm<br>띠엩 끼엠 저축하다 |
| U | u | u 우 | ㅜ | chu đáo 쭈 다오<br>자상하다 |
| Ư | ư | ư 으 | ㅡ | mứt 믈 잼 |
| V | v | vê 베 | ㅂ | ví 브이 지갑 |
| X | x | ích xì<br>익 씨 | ㅆ | xay 싸이 갈다 |
| Y | y | y dài<br>이 자이 | ㅣ | ký tên 끼 뗀<br>서명하다 |

① D/d 제는 북부 표준어에서는 'ㅈ'과 같이 발음하지만 남부에서는 반모음 'ㅣ'로 발음합니다. ② P/p 뻬는 주로 외래어를 표기할 때 쓰입니다. ③ Q/q 꾸이는 단독으로 사용하지 않고 항상 qu 꾸의 형태로만 사용합니다. ④ R/r 에 러는 북부 표준어에서는 'ㅈ'과 같이 발음하지만 남부에서는 혀를 구부려서 발음하는 'ㄹ'로 발음 됩니다. ⑤ S/s 엩 씨는 X/x 익 씨보다 혀를 강하게 마찰해서 발음하는 'ㅆ'이지만 일상생활에서는 x처럼 약하게 발음합니다.

## 3. 이중 모음

MP3. B00_2

| 이중 모음 | 예 |
|---|---|
| ai 아이 | tai 따이 귀 |
| ao 아오 | cao 까오 높다 |
| au 아우 | đau 다우 아프다 |
| ay 아이 | tay 따이 손, 팔 |
| âu 어우 | chim bồ câu 찜 보 꺼우 비둘기 |
| ây 어이 | cây 꺼이 나무 |
| eo 에오 | béo 베오 뚱뚱하다 |
| êu 에우 | trêu 쩨우 놀리다, 장난치다 |
| ia 이아 | chia 찌아 나누다 |
| iê 이에 | biển 비엔 바다 |
| iêu 이에우 | chiếu 찌에우 돗자리 |
| oa 오아 | hoa 호아 꽃 |
| oai 오아이 | ngoài 응오아이 밖 |
| oao 어아오 | ngoao ngoao 응어아오 응어아오 야옹 야옹 |
| oay 오아이 | xoay 쏘아이 돌리다 |
| oă 오아 | xoăn 쏘안 꼬불꼬불하다 |

| | |
|---|---|
| oe 오에 | xòe 쏘에 펼치다, 펴다 |
| oeo 어에오 | ngoẳn ngoèo 응오안 응어에오 (길이) 험하다 |
| oi 어이 | nói 너이 말하다 |
| ôi 오이 | cối 꼬이 절구 |
| ơi 어이 | chơi 쩌이 놀다 |
| ua 우어 | mùa 무어 계절 |
| uâ 우어 | mùa xuân 무어 쑤언 봄 |
| ui 우이 | cúi 꾸이 숙이다 |
| uô 우오 | chuột 쭈옫 쥐 |
| uôi 우오이 | muối 무오이 소금 |
| uy 우이 | suy nghĩ 쑤이 응이 생각 |
| uyê 우이에 | nguyên nhân 응우이엔 년 원인 |
| ① uyu 이우 | khuỷu tay 키우 따이 팔꿈치 |
| ưa 으아 | mưa 므아 비 |
| ưi 으이 | ngửi 응으이 맡다 |
| ươi 으어이 | người 응으어이 사람 |
| ② ươu 으어우 | hươu 흐어우 사슴 |
| ưu 으우 | cừu 끄우 양 |

11

| | | |
|---|---|---|
| yê 이에 | yên ngựa 이엔 응으아 안장 | |
| ③ yêu 이에우 | yêu 이에우 사랑하다 | |

① 실제 uyu 우이우는 쉽게 발음하기 위해 '우이우'가 아닌 '이우'라고 합니다. 따라서 이 책에서는 '이우'로 표기하였습니다. ② 실제 ươu 으어우는 쉽게 발음하기 위해 '이에우'라고 하기도 합니다. 따라서 이 책에서는 '이에우'로 표기하였습니다. ③ 이중모음 yêu 이에우는 다른 자음과 결합할 수 없고 yêu 형태로만 존재합니다.

## 4. 복자음

MP3. B00_3

| 복자음 | 한국어 음가 | 예 |
|---|---|---|
| ch 쩌 | ㅉ | chai 짜이 병 |
| ① tr 쩌 | ㅉ | bên trái 벤 짜이 왼쪽 |
| ② gh 거 | ㄱ | ghế 게 의자 |
| ③ gi 지 | ㅈ | quốc gia 꾸옥 자 국가 |
| kh 커 | ㅋ | khách 카익 손님 |
| ④ ng(ngh) 응어 | 응 | ngắn 응안 짧다 |
| nh 녀 | 녀 | nhanh 냐잉 빠르다 |

| ph 퍼 | ㅍ | phân biệt 펀 비엗 구별하다 |
| ⑤ qu(k, c) 꾸어 | 꾸어 | quen 꾸엔 안목 있다 |
| th 터 | ㅌ | thần 턴 신(神) |

① tr 쩌는 ch 쩌보다 혀를 더 구부려서 발음하는 'ㅉ'이지만 보통 쉽게 발음 하기 위해 ch 처럼 약하게 합니다. ② gh 거의 발음은 g 거와 같지만 gh는 i 이 응안, e 애, ê 에 모음과만 결합하고 나머지 모음은 g와 결합합니다. ③ gi 지는 북부 표준어에서는 'ㅈ'과 같이 발음하지만 남부에서는 반모음 'ㅣ'로 발음합니다. ④ ng 응어의 발음은 ngh 응어와 같지만 ngh는 i, e, ê 모음과만 결합할 수 있고 나머지 모음은 ng와 결합합니다. ⑤ qu 꾸어는 o 어, ô 오, ơ 어, u 우, ư 으 모음을 제외한 나머지 모음과 결합할 수 있습니다.

## 5. 성조

MP3. B00_4

| 성조 기호 | 기호 이름 | 발음 방법 | 예 |
|---|---|---|---|
| (기호 없음)<br>a | không dấu<br>콩 저우 | 평성으로 발음한다. 우리말보다 시작 소리가 약간 높다. | ma 마<br>마귀, 도깨비 |
| ´<br>á | dấu sắc<br>저우 싹 | 평성에서 음을 높이면서 발음한다. | má 마<br>어머니;<br>볼 |
| `<br>à | dấu huyền<br>저우 후이엔 | 평성보다 낮은 중간음에서 내리면서 발음한다. | mà 마<br>그런데,<br>그러나 |
| ?<br>ả | dấu hỏi<br>저우 허이 | 물음표 모양으로 음을 부드럽게 내렸다가 다시 높인다. | mả 마<br>무덤, 묘 |
| ~<br>ã | dấu ngã<br>저우 응아 | 음을 중간에 내렸다가 급격하게 높이면서 발음한다. | mã 마<br>말 |
| .<br>ạ | dấu nặng<br>저우 낭 | 중간음에서 짧게 떨어뜨리며 발음한다. | mạ 마<br>모(벼) |

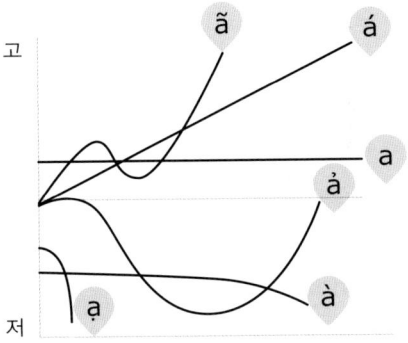

! 원어민의 정확한 발음으로 녹음한 MP3 파일을 자주 듣고 큰 소리로 따라 말해 내 것으로 만드세요.

# Contents 차례

- 베트남어 문자　　　　　　　　　　　6

| | | |
|---|---|---|
| **Bài 1** | 소개 | 18 |
| **Bài 2** | 감사 & 사과 | 26 |
| **Bài 3** | 신체 | 34 |
| **Bài 4** | 감정 & 성격 | 44 |
| **Bài 5** | 사랑 | 52 |
| **Bài 6** | 가족 | 60 |
| **Bài 7** | 시간 & 날짜 | 68 |
| **Bài 8** | 날씨 & 계절 | 78 |
| **Bài 9** | 동물 & 식물 | 86 |
| **Bài 10** | 집 | 98 |
| **Bài 11** | 옷 | 106 |
| **Bài 12** | 음식 | 114 |
| **Bài 13** | 취미 | 126 |
| **Bài 14** | 전화 & 인터넷 | 136 |
| **Bài 15** | 학교 | 144 |
| **Bài 16** | 직장 | 156 |
| **Bài 17** | 음식점 & 카페 | 166 |

| Bài 18 | 상점 | 178 |
| --- | --- | --- |
| Bài 19 | 병원 & 은행 | 190 |
| Bài 20 | 교통 | 200 |
| Bài 21 | 운전 | 210 |
| Bài 22 | 숙박 | 220 |
| Bài 23 | 관광 | 228 |
| Bài 24 | 사건 & 사고 | 238 |
| Bài 25 | 숫자 | 246 |
| Bài 26 | 베트남 화폐 | 251 |
| Bài 27 | 모양 | 254 |
| Bài 28 | 색깔 | 258 |
| Bài 29 | 위치 | 262 |
| Bài 30 | 방향 | 264 |
| Bài 31 | 지도 | 265 |
| Bài 32 | 국가 | 267 |
| Bài 33 | 접속사 & 전치사 & 부사 | 274 |
| Bài 34 | 종별사 | 282 |

# Bài 01. 소개
## Giới thiệu 저이 티에우

MP3. B01

□ họ tên 허 뗀 n. (성을 포함한) 이름, 성함

□ tên 뗀 n. (성을 제외한) 이름

□ họ 허 n. 성

□ biệt danh 비엣 자잉 n. 별명

□ danh thiếp 자잉 티엡 n. 명함

□ giới tính 저이 띵 n. 성별

□ con trai 껀 짜이 n. 남자; 아들

□ con gái 껀 가이 n. 여자; 딸

□ anh 아잉 n. 형, 오빠; ~씨(남성에 대한 호칭)

□ chị 찌 n. 누나, 언니; ~씨(여성에 대한 호칭)

# 01

- ông 옹 **n.** 할아버지; ~씨(남성에 대한 호칭)

- bà 바 **n.** 할머니; ~씨(여성에 대한 호칭)

- tuổi 뚜오이 **n.** 나이

- sinh nhật 씽 녙 **n.** 생일

- ngày sinh 응아이 씽 **n.** 생년월일

- quốc tịch 꾸옥 띡 **n.** 국적

- hai quốc tịch 하이 꾸옥 띡 복수 국적

- nhập quốc tịch 녑 꾸옥 띡 국적 취득

- mất quốc tịch 먿 꾸옥 띡 국적 상실

- kiều bào 끼에우 바오 **n.** 교포

- nước 느억 **n.** 나라; 물
  = đất nước 덛 느억 **n.** 나라

- quốc gia 꾸옥 쟈 **n.** 국가

- ngôn ngữ 응온 응으 **n.** 언어, 말

- ngoại ngữ 응오아이 응으 **n.** 외국어

- tiếng Việt 띠엥 비엩 **n.** 베트남어

- tiếng Hàn Quốc 띠엥 한 꾸옥 **n.** 한국어

- tiếng Anh 띠엥 아잉 **n.** 영어

- chuyên ngành 쭈이엔 응아잉 **n.** 전공

- chuyên môn 쭈이엔 몬
  **n.** 전공 **v.** 전공하다

- tôn giáo 똔 자오 **n.** 종교

- đạo phật 다오 펻 **n.** 불교

- đạo cơ đốc 다오 꺼 돕 **n.** 개신교, 기독교

## 01

- đạo thiên chúa 다오 티엔 쭈어
  **n.** 가톨릭, 천주교

- đạo hồi 다오 호이 **n.** 이슬람교

- đạo cao đài 다오 까오 다이
  **n.** 까오다이교(베트남에만 있는 종교)

- chùa 쭈어 **n.** 절

- nhà thờ 냐 터 **n.** 교회, 성당

- số điện thoại 쏘 디엔 토아이 **n.** 전화번호

- nghề nghiệp 응에 응이엡 **n.** 직업

- địa chỉ 디아 찌 **n.** 주소

- sống 쏭 **v.** 살다

- cư trú 끄 쭈 **v.** 거주하다

- nơi cư trú 너이 끄 쭈 **n.** 사는 곳

- giới thiệu 저이 티에우 **n.** 소개 **v.** 소개하다

- biết 비엘 **v.** 알다

- có quen biết 꺼 꾸엔 비엘 친분이 있다

- người quen 응으어이 꾸엔 **n.** 아는 사람

- từ lâu 뜨 러우 **ad.** 오래전부터

- lời hỏi thăm 러이 허이 탐 **n.** 안부

- lời chào 러이 짜오 **n.** 인사

- chào hỏi 짜오 허이 **v.** 인사하다

- Xin chào! 씬 짜오!
  안녕하세요!

- Rất vui được gặp anh.
  젇 부이 드억 갑 아잉
  만나서 반갑습니다.

## 01

☐ **Lần đầu tiên được gặp anh.**
런 더우 띠엔 드억 갑 아잉
처음 뵙겠습니다.

☐ **Chúc anh một ngày tốt lành.**
쭉 아잉 몯 응아이 똗 라잉
좋은 하루 되세요.

☐ **Chúc anh buổi tối vui vẻ.**
쭉 아잉 부오이 또이 부이 베
좋은 저녁 되세요.

☐ **Chúc anh ngủ ngon.**
쭉 아잉 응우 응언
잘 자요.

☐ **Tạm biệt!** 땀 비엗!
안녕히 가세요!, 안녕히 계세요!

☐ **Anh có khỏe không?** 아잉 꺼 코에 콩?
잘 지내세요?

23

- Anh sống thế nào? 아잉 쏭 테 나오?
  어떻게 지내세요?

- Anh đi mạnh giỏi. 아잉 디 마잉 저이
  안녕히 가세요.

- Hẹn gặp lại anh. 헨 갑 라이 아잉
  다음에 또 만나요.

- vui 부이 a. 기쁘다

- vui mừng 부이 믕 a. 반갑다

- hoan nghênh 호안 응엥 v. 환영하다

- ấn tượng ban đầu 언 뜨엉 반 더우 첫인상

- mời 머이 n. 초대 v. 초대하다

- khách 카익 n. 손님

- khách quí 카익 퀴 귀한 손님

## 01

- đến thăm 덴 탐 v. 방문하다

- bạn 반 n. 친구
  = bạn bè 반 베 n. 친구(격식을 갖춘 표현)

- các bạn 깍 반 n. 친구들

- tình bạn 띵 반 n. 우정

- thân mật 턴 멀 a. 친밀하다

- thân thiết 턴 티엘 a. 친근하다

- quen thuộc 꾸엔 투옥 a. 익숙하다

- lạ 라 a. 낯설다

## Bài 02. 감사 & 사과
### Cảm ơn và Xin lỗi 깜 언 바 씬 로이 MP3. B02

☐ cảm ơn 깜 언 v. 감사하다

☐ lời cảm ơn 러이 깜 언 n. 감사

☐ nhiều 니에우 ad. 많이

☐ rất 젇 ad. 매우

☐ thật sự 턷 쓰 ad. 정말로

☐ nợ 너 n. 신세

☐ mắc nợ 막 너 a. 신세를 지다

☐ đối với 도이 버이 prep. ~에 대해
 = về 베

☐ quan tâm 꾸안 떰 v. 배려하다, 관심을 갖다

☐ chiếu cố 찌에우 꼬 v. 관심을 기울이다

- châm trước 쩜 쯔억 눈감아 주다

- rộng lượng 종 르엉
  **a.** 너그럽다, 마음이 넓다

- hào phóng 하오 펑 **a.** 호방하다

- lòng hào hiệp 렁 하오 히엡
  **n.** 관대함, 너그러움

- thân thiện 턴 티엔 **a.** 친절하다

- sự thân thiện 쓰 턴 티엔 **n.** 친절

- ân 언 **n.** 은혜
  = ơn 언

- nhờ có 녀 꺼 **ad.** ~의 덕분에

- từ bi 뜨 비 **a.** 자비로운

- có ý tốt 꺼 이 똗 **a.** 호의적인

- lòng cảm thông 렁 깜 통 n. 이해심

- giúp đỡ 줍 더 v. 돕다

- sự giúp đỡ 쓰 줍 더 n. 도움

- hỗ trợ 호 쩌 v. 지원하다

- phối hợp 포이 헙 v. 협조하다

- đợi 더이 v. 기다리다
  = chờ đợi 쩌 더이

- suy nghĩ 쑤이 응이 v. 생각하다 n. 생각

- cầu xin 꺼우 씬 v. 간청하다

- quan trọng 꾸안 쩡 a. 중요한

- trọng đại 쩡 다이 a. 중대한

- nghiêm trọng 응이엠 쩡 a. 심각한

**02**

☐ khẩn thiết 컨 티엗 a. 간절하다

☐ yêu cầu 이에우 꺼우 v. 요구하다

☐ đề nghị 데 응이 v. 요청하다

☐ động viên 동 비엔 v. 격려하다

☐ sự động viên 쓰 동 비엔 n. 격려

☐ khuyên 쿠이엔 v. 충고하다

☐ lời khuyên 러이 쿠이엔 n. 충고

☐ khen ngợi 켄 응어이 v. 칭찬하다

☐ sự khen ngợi 쓰 켄 응어이 n. 칭찬

☐ làm vui lòng 람 부이 렁 v. 기분좋게 하다

☐ hiểu 히에우 v. 이해하다

☐ hướng dẫn 흐엉 전 v. 안내하다

□ cơ hội 꺼 호이 **n.** 기회

□ vận mệnh 번 멩 **n.** 운명
 = số phận 쏘 펀

□ tha thứ 타 트 **v.** 용서하다
 = tha lỗi 타 로이

□ sự tha thứ 쓰 타 트 **n.** 용서

□ xin lỗi 씬 로이 **v.** 사과하다

□ lời xin lỗi 러이 씬 로이 **n.** 사과

□ sai lầm 싸이 럼 **n.** 잘못

□ sai sót 싸이 쏟 **n.** 실수

□ làm sai 람 싸이 **v.** 실수하다

□ làm hỏng 람 헝 **v.** 망치다, 고장 내다

□ thất bại 털 바이 **v.** 실패하다

## 02

- thành công 타잉 꽁 v. 성공하다

- chấp nhận 쩝 년 v. 받아들이다

- đáng tiếc 당 띠엑 a. 유감스럽다

- phê phán 페 판 v. 비난하다

- phê bình 페 빙 v. 비판하다

- mắng 망 v. 꾸짖다
  = la mắng 라 망

- lên án 렌 안 v. 규탄하다

- cố ý 꼬 이 ad. 고의로, 일부러

- ý đồ 이 도 n. 의도

- cản trở 깐 쩌 v. 방해하다

- muộn 무온 a. 늦다

- thiệt hại 티엩 하이 **n.** 손해

- bất hạnh 벋 하잉 **a.** 불행하다

- tốt hơn 똗 헌 **a.** 더 좋다

- khó 커 **a.** 어렵다

- ý tưởng 이 뜨엉 **n.** 아이디어

- ý kiến 이 끼엔 **n.** 의견

- quan điểm 꾸안 디엠 **n.** 견해

- cân nhắc 껀 냑 **v.** 고민하다, 숙고하다

- lặp lại 랍 라이 **v.** 반복하다

- một lần nữa 몯 런 느아 다시 한 번

- quay lại 꾸아이 라이 **v.** 돌아오다

02

**Bài 03.** 신체
**Cơ thể** 꺼 테          MP3. B03

□ cơ thể 꺼 테 **n.** 신체

□ đầu 더우 **n.** 머리

□ cổ 꼬 **n.** 목

□ vai 바이 **n.** 어깨

□ ngực 응옥 **n.** 가슴

□ bụng 붕 **n.** 배

□ bụng thon 붕 턴 납작한 배

□ bụng phệ 붕 페 볼록 튀어나온 배

□ eo 에오 **n.** 허리

□ hông 홍 **n.** 골반

- mông 몽 n. 엉덩이

- cánh tay 까잉 따이 n. 팔

- khuỷu tay 키우 따이 n. 팔꿈치

- bàn tay 반 따이 n. 손

- cổ tay 꼬 따이 n. 손목

- ngón tay 응언 따이 n. 손가락

- móng tay 멍 따이 n. 손톱

- chân 쩐 n. 다리

- đùi 두이 n. 허벅지

- đầu gối 더우 고이 n. 무릎

- bàn chân 반 쩐 n. 발

- cổ chân 꼬 쩐 n. 발목

- ngón chân 응언 쩐 **n.** 발가락

- móng chân 멍 쩐 **n.** 발톱

- gót chân 걷 쩐 **n.** 발꿈치

- mặt 맏 **n.** 얼굴

- mặt trái xoan 맏 짜이 쏘안 계란형 얼굴

- mặt vuông 맏 부옹 사각턱 얼굴

- mặt vuông chữ điền 맏 부옹 쯔 디엔 田자 사각턱 얼굴

- mặt tròn 맏 쩐 동그란 얼굴

- mặt dài 맏 자이 긴 얼굴

- mặt nhọn 맏 년 역삼각형 얼굴

- mặt nhọn mũi cày 맏 년 무이 까이 쟁기코 얼굴(심한 역삼각형 얼굴을 비유)

- trán 짠 n. 이마

- tai 따이 n. 귀

- má 마 n. 볼

- cằm 깜 n. 턱

- lông mày 롱 마이 n. 눈썹

- lông mày lá liễu 롱 마이 라 리에우 버드나뭇잎 눈썹

- lông mi 롱 미 n. 속눈썹

- mắt 맡 n. 눈

- mắt 2 mí 맡 하이 미 n. 쌍꺼풀

- con ngươi 껀 응으어이 n. 눈동자

- mũi 무이 n. 코

- mũi cao 무이 까오 오똑한 코

- mũi dọc dừa 무이 접 즈아
  코코넛잎 코(길고 곧은 코)

- miệng 미엥 n. 입

- môi 모이 n. 입술

- lưỡi 르어이 n. 혀

- răng 장 n. 이, 치아

- lợi 러이 n. 잇몸

- cân nặng 껀 낭 n. 몸무게, 체중

- béo 베오 a. 뚱뚱하다

- béo phì 베오 피 n. 비만

- thon thả 턴 타 a. 날씬하다

- gầy 거이 a. 마르다

- người thuận tay phải
  응으어이 투언 따이 파이 오른손잡이

- người thuận tay trái
  응으어이 투언 따이 짜이 왼손잡이

- da 자 n. 피부

- da nhờn 자 년 지성 피부

- da khô 자 코 건성 피부

- da mẫn cảm 자 먼 깜 민감성 피부

- sắc mặt 싹 맏 n. 얼굴빛, 안색

- nếp nhăn 넵 년 n. 주름

- núm đồng tiền 눔 동 띠엔 n. 보조개

- má lúm đồng tiền 마 룸 동 띠엔 **n.** 보조개가 있는 볼

- mụn 문 **n.** 여드름

- lỗ chân lông 로 쩐 롱 **n.** 모공

- tóc 떱 **n.** 머리카락

- tóc xoăn 떱 쏘안 곱슬머리

- tóc uốn 떱 우온 웨이브머리

- tóc ép để dài 떱 엡 데 자이 생머리

- tóc ngang vai 떱 응앙 바이 단발머리

- tóc dài 떱 자이 긴 머리

- tóc ngắn 떱 응안 짧은 머리

- da đầu 자 더우 **n.** 두피

- [ ] gàu 가우 **n.** 비듬

- [ ] râu 저우 **n.** 수염

- [ ] ria mép 지아 멥 **n.** 콧수염

- [ ] râu quai nón 저우 꾸아이 넌 **n.** 턱수염

- [ ] cạo râu 까오 저우 **v.** 면도하다

- [ ] ngoại hình 응오아이 힝 **n.** 외모

- [ ] đẹp 뎁 **a.** 잘생기다, 아름답다

- [ ] đẹp trai 뎁 짜이 **a.** (남자에게) 잘생기다

- [ ] đẹp gái 뎁 가이
    **a.** (보통 나이 많은 여자에게) 잘생기다

- [ ] đẹp lão 뎁 라오
    **a.** (할아버지, 할머니에게) 잘생기다

☐ **xinh gái** 씽 가이

   **a.** (보통 젊은 여자에게) 잘생기다

☐ **xinh xắn** 씽 싼

   **a.** (여자 아이 또는 젊은 여자에게) 잘생기다, 귀엽다

☐ **duyên dáng** 주이엔 장 **a.** 우아하다

☐ **dễ thương** 제 트엉 **a.** 귀엽다

☐ **đáng yêu** 당 이에우 **a.** 사랑스럽다

☐ **xấu** 써우 **a.** 못생기다

☐ **chiều cao** 찌에우 까오 **n.** 키

☐ **cao** 까오 **a.** 키가 크다

☐ **thấp** 텁 **a.** 키가 작다

☐ **đo** 더 **v.** 측정하다

☐ **vóc dáng** 법 장 **n.** 체격

□ tăng cân 땅 껀 v. 살찌다

□ sút cân 쑫 껀 v. 살이 빠지다

03

**Bài 04.** 감정 & 성격
**Tâm trạng và Tính cách** 떰 짱 바 띵 까익
MP3. B04

□ vui 부이 a. 기쁘다

□ ngày vui 응아이 부이 기쁜 날

□ tin vui 띤 부이 기쁜 소식

□ chuyện vui 쮜엔 부이 기쁜 일

□ niềm vui 니엠 부이 n. 기쁨

□ vui mừng 부이 믕 a. 환희하다

□ hạnh phúc 하잉 푹 a. 행복하다

□ niềm hạnh phúc 니엠 하잉 푹 n. 행복

□ hài lòng 하이 렁 a. 만족하다

- đủ 두 a. 충분하다
  = đầy đủ 더이 두

- thú vị 투 브이 a. 재미있다

- hứng thú 흥 투 a. 흥미롭다

- an tâm 안 떰 v. 안심하다

- buồn 부온 a. 슬프다

- nỗi buồn 노이 부온 n. 슬픔

- sự đau khổ 쓰 다우 코 n. 비애

- đau khổ 다우 코 a. 고통스럽다

- nỗi đau 노이 다우 n. 고통

- buồn phiền 부온 피엔 v. 괴로워하다

- đau lòng 다우 렁 마음이 아프다

- làm cho trấn tĩnh 람 쩌 쩐 띵
  진정시키다

- thất vọng 털 벙 v. 실망하다

- tuyệt vọng 뚜이엗 벙 v. 절망하다

- bất hạnh 벋 하잉 a. 불행하다

- có lỗi 꺼 로이 a. 미안하다

- nổi giận 노이 전 v. 화나다

- nổi cáu 노이 까우 v. 신경질이 나다

- bất an 벋 안 a. 불안하다

- lo 러 a. 걱정스럽다
  = lo lắng 러 랑

- bồn chồn 본 쫀 a. 초조하다

- kinh khủng 낑 쿵 a. 끔찍하다
  = khủng khiếp 쿵 키엡

- khó chịu 커 찌우 a. 불편하다

- không thích 콩 틱 ad. 싫어하다

- ghét 겓 v. 미워하다

- căm thù 깜 투 v. 증오하다

- sợ hãi 써 하이 v. 두려워하다, 겁나다

- buồn chán 부온 짠 a. 낙담하다

- quá chán nản 꾸아 짠 난 의기소침하다
  = mất hết ý chí 먿 헫 이 찌

- tốt 똗 a. 좋은

- tốt bụng 똗 붕 a. 착한, 마음이 따뜻한

- tâm trạng tốt 떰 짱 똗 기분이 좋다

- thân thiện 턴 티엔 a. 친절한

- chính trực 찡 쯕 a. 정직한

- cần cù 껀 꾸 a. 근면한

- hoạt bát 호앝 받 a. 활발한

- hòa đồng 호아 동 a. 사교적인

- niềm nở 니엠 너 a. 붙임성 있는
  = dễ tiếp xúc 제 띠엡 쑥

- hướng ngoại 흐엉 응오아이 a. 외향적인

- tự nguyện 뜨 응우이엔 a. 자발적인

- tích cực 띡 끅 a. 적극적인, 긍정적인

- lạc quan 락 꾸안 a. 낙천적인

- thận trọng 턴 쩡 a. 신중한

□ sáng suốt 쌍 쑤옽 a. 현명한

□ hiền lành 히엔 라잉 a. 얌전한

□ hư hỏng 흐 헝 a. 못된

04

□ ích kỷ 익 끼 a. 이기적인

□ kiêu căng 끼에우 깡 a. 거만한

□ lười biếng 르어이 비엥 a. 게으른

□ lười nhác 르어이 냑 a. 나태한

□ hẹp hòi 헵 허이 a. 소심한

□ ngượng ngùng 응으엉 응웅 a. 수줍은

□ xấu hổ 써우 호 v. 부끄러워하다

□ hướng nội 흐엉 노이 a. 내성적인

□ không nổi bật 콩 노이 벋 눈에 띄지 않다

- ít nói 잍 너이 **a.** 과묵한

- cục cằn 꾹 깐 **a.** 무뚝뚝한

- bi quan 비 꾸안 **a.** 비관적인

- tiêu cực 띠에우 끅 **a.** 부정적인, 소극적인

- tham lam 탐 람 **a.** 탐욕스러운

- thô lỗ 토 로 **a.** 거친, 무례한

**04**

## Bài 05. 사랑
**Tình yêu** 띵 이에우     MP3. B05

☐ **gặp** 갑 **v.** 만나다

☐ **cuộc gặp gỡ** 꾸옥 갑 거 **n.** 만남

☐ **cuộc gặp gỡ nghiêm túc**
  꾸옥 갑 거 응이엠 뚝 진지한 만남

☐ **cuộc gặp gỡ chơi bời**
  꾸옥 갑 거 쩌이 버이 가벼운 만남

☐ **giới thiệu** 저이 티에우 **n.** 소개

☐ **buổi xem mặt** 부오이 쎔 맏 **n.** 맞선

☐ **hẹn hò** 헨 허 **v.** 데이트하다

☐ **buổi hẹn hò** 부오이 헨 허 **n.** 데이트

☐ **đi chơi** 디 쩌이 **v.** 데이트하다, 놀러가다

- kết bạn 껟 반 v. 교제하다, 사귀다

- yêu 이에우 v. 사랑하다, 연애하다

- tình yêu 띵 이에우 n. 사랑

- hình mẫu lý tưởng 힝 머우 리 뜨엉 이상형

- người yêu 응으어이 이에우 n. 애인, 연인

- bạn 반 n. 친구

- bạn trai 반 짜이 n. (연인 관계) 남자 친구

- bạn gái 반 가이 n. (연인 관계) 여자 친구

- quyến rũ 꾸이엔 주 a. 매력적인

- sự quyến rũ 쓰 꾸이엔 주 n. 매력

- cám dỗ 깜 조 v. 유혹하다

☐ **thích** 틱 **v.** 마음에 들다, 좋아하다

☐ **ấn tượng tốt** 언 뜨엉 똗 좋은 인상

☐ **quan tâm** 꾸안 떰 **v.** 관심 있다 **n.** 관심

☐ **có tình ý** 꺼 띵 이
  **v.** (사랑하는) 마음이 있다

☐ **yêu say đắm** 이에우 싸이 담
  **v.** 열렬히 사랑하다

☐ **ôm** 옴 **v.** 껴안다, 포옹하다
  = **ôm chặt** 옴 짤

☐ **hôn** 혼 **v.** 키스하다

☐ **nụ hôn** 누 혼 **n.** 입맞춤, 키스

☐ **phải lòng** 파이 렁 **v.** 사랑에 빠지다

☐ **bị cuốn hút** 비 꾸온 훝 **v.** 반하다

- yêu từ cái nhìn đầu tiên
  이에우 뜨 까이 닌 더우 띠엔 첫눈에 반하다

- cảm thấy yêu 깜 터이 이에우
  애정을 느끼다

- nhớ 녀 v. 그리워하다

- bên nhau 벤 냐우 ad. 함께

- ghen 겐 a. 질투하다

- cơn ghen 껀 겐 n. 질투

- quan hệ 꾸안 헤 n. 관계
  = mối quan hệ 모이 꾸안 헤

- yêu xa 이에우 싸 장거리 연애하다

- không thay đổi 콩 타이 도이
  a. 변함없는

05

- bất đồng 벝 동 **n.** 갈등

- nói dối 너이 조이 **v.** 거짓말하다

- lừa dối 르아 조이 **v.** 속이다

- phản bội 판 보이 **v.** 배신하다

- xa dần 싸 전 **v.** 멀어지다

- chia ly 찌아 리 **v.** 이별하다

- chia tay 찌아 따이 **v.** 헤어지다, 결별하다

- rời xa 저이 싸 **v.** 떠나다

- quên 꾸엔 **v.** 잊다

- người độc thân 응으어이 돕 턴 **n.** 독신자

- cầu hôn 꺼우 혼 **v.** 청혼하다

- cưới 끄어이 v. 결혼하다
  = kết hôn 껫 혼

- kết hôn qua mai mối
  껫 혼 꾸아 마이 모이 중매 결혼하다

- kết hôn giả 껫 혼 자 위장 결혼하다

- kết hôn quốc tế 껫 혼 꾸옥 떼
  국제 결혼하다

- đám cưới 담 끄어이 n. 결혼식

- thiếp mời 티엡 머이 n. 청첩장

- lời tuyên bố thành hôn
  러이 뚜이엔 보 타잉 혼 성혼 선언문

- vợ chồng 버 쫑 n. 부부

- váy cưới 바이 끄어이 n. 웨딩드레스
  = áo cưới 아오 끄어이

- nhẫn cưới 년 끄어이 **n.** 결혼 반지

- bạn đời 반 더이 **n.** 배우자

- vợ 버 **n.** 아내

- chồng 쫑 **n.** 남편

- bố mẹ vợ 보 메 버 **n.** 장인·장모

- bố mẹ chồng 보 메 쫑 **n.** 시부모

05

## Bài 06. 가족
### Gia đình 자 딩

MP3. B06

☐ gia đình 자 딩 **n.** 가족

☐ họ hàng 허 항 **n.** 친척

☐ bố mẹ 보 메 **n.** 부모

☐ bố 보 **n.** 아버지, 아빠

☐ mẹ 메 **n.** 어머니, 엄마

☐ anh em 아잉 엠 **n.** 형제

☐ anh 아잉 **n.** 형, 오빠

☐ em trai 엠 짜이 **n.** 남동생

☐ anh em trai 아잉 엠 짜이 남자 형제

☐ chị em 찌 엠 **n.** 자매

- chị 찌 n. 누나, 언니

- em gái 엠 가이 n. 여동생

- chị em gái 찌 엠 가이 여자 형제

- vợ 버 n. 아내

- chồng 쫑 n. 남편

06

- con 껀 n. 자식

- con trai 껀 짜이 n. 아들; 남자

- con trai một 껀 짜이 몯 n. 외동아들

- con gái 껀 가이 n. 딸; 여자

- con gái một 껀 가이 몯 n. 외동딸

- sinh đôi 씽 도이 n. 쌍둥이

- sinh đôi cùng trứng 씽 도이 꿍 쯩 **n.** 일란성 쌍둥이

- sinh đôi khác trứng 씽 도이 칵 쯩 **n.** 이란성 쌍둥이

- sinh ba 씽 바 **n.** 세 쌍둥이

- anh họ 아잉 허 **n.** 사촌 형, 사촌 오빠

- chị họ 찌 허 **n.** 사촌 누나, 사촌 언니

- em họ 엠 허 **n.** 사촌 동생

- cháu 짜우 **n.** 손주; 조카

- cháu trai 짜우 짜이 **n.** 손자; 남자 조카

- cháu gái 짜우 가이 **n.** 손녀; 여자 조카

- ông bà 옹 바 **n.** 조부모

- ông nội 옹 노이 **n.** 친할아버지

- bà nội 바 노이 **n.** 친할머니

- ông ngoại 옹 응오아이 **n.** 외할아버지

- bà ngoại 바 응오아이 **n.** 외할머니

- bác 박 **n.** 큰아버지, 큰어머니

- chú 쭈 **n.** 작은아버지, 삼촌, 고모부, 이모부

- thím 팀 **n.** 작은어머니

- cậu 꺼우 **n.** 외삼촌

- mợ 머 **n.** 외숙모

- cô 꼬 **n.** 고모

- dì 지 **n.** 이모

- nhà nội 냐 노이 **n.** 친가

- nhà ngoại 냐 응오아이 **n.** 외가

- bố mẹ vợ 보 메 버 n. 장인·장모

- bố vợ 보 버 n. 장인

- mẹ vợ 메 버 n. 장모

- bố mẹ chồng 보 메 쫑 n. 시부모

- bố chồng 보 쫑 n. 시아버지

- mẹ chồng 메 쫑 n. 시어머니

- bố mẹ đẻ 보 메 데 n. 친정 부모

- con dâu 껀 저우 n. 며느리

- con rể 껀 제 n. 사위

- tình mẫu tử 띵 머우 뜨 n. 모성애

- tình phụ tử 띵 푸 뜨 n. 부성애

- người lớn 응으어이 런 n. 어른, 성인

☐ **thanh niên** 타잉 니엔 **n.** 청년, 젊은이

☐ **trẻ em** 쩨 엠 **n.** 어린이

☐ **em bé** 엠 베 **n.** 아기

☐ **lớn tuổi** 런 뚜오이 **a.** 나이가 많다

☐ **trưởng thành** 쯔엉 타잉
　**a.** (정신적, 신체적으로) 성숙한

☐ **người trưởng thành** 응으어이 쯔엉 타잉
　**n.** 성숙한 사람

☐ **chưa trưởng thành** 쯔아 쯔엉 타잉
　**a.** 미성숙한

☐ **trẻ vị thành niên** 쩨 브이 타잉 니엔
　**n.** 미성년자

☐ **mang thai** 망 타이 **v.** 임신하다

- sinh 씽 v. 출산하다
  = đẻ 데
- ra đời 자 더이 v. 태어나다
- sữa mẹ 쓰아 메 n. 모유
- cho bú 쩌 부 v. 수유하다
- sữa bột 쓰아 볻 n. 분유
- bình sữa 빙 쓰아 n. 젖병
- tã 따 n. 기저귀
- nuôi 누오이 v. 기르다, 양육하다
- chăm sóc 짬 썹 v. 돌보다
- bảo mẫu 바오 머우 n. 보모
- xe đẩy 쎄 더이 n. 유모차
- nôi 노이 n. 아기 침대, 요람

- giống 종 a. 닮다, 비슷하다

- bệnh di truyền 벵 지 쭈이엔 n. 유전병

- con nuôi 껀 누오이 n. 입양아

- nhận con nuôi 년 껀 누오이 v. 입양하다

- sống chung 쏭 쭝 v. 함께 살다

- sống riêng 쏭 지엥 v. 독립하다

- hòa thuận 호아 투언 a. 화목하다

- bất hòa 벋 호아 a. 불화하다

- cãi nhau 까이 냐우 v. 서로 싸우다

- ly thân 리 턴 v. 별거하다

- ly hôn 리 혼 v. 이혼하다

- tái hôn 따이 혼 v. 재혼하다

**Bài 07.** 시간 & 날짜
**Thời gian và Ngày tháng**
터이 잔 바 응아이 탕

MP3. B07

□ thời gian 터이 잔 n. 시간

□ giờ 저 n. 시

□ phút 풋 n. 분

□ giây 저이 n. 초

□ rưỡi 즈어이 n. 반, ½, 30분

□ đồng hồ 동 호 n. 시계

□ đồng hồ đeo tay 동 호 데오 따이
n. 손목시계

□ muộn 무온 a. 늦다

□ sớm 썸 ad. 일찍, 이른

☐ nhanh 냐잉 a. 빠르다

☐ buổi sáng 부오이 쌍 n. 아침

☐ tỉnh dậy 띵 저이 v. 깨어나다

☐ tỉnh ngủ 띵 응우 v. 잠이 깨다

☐ gọi dậy 거이 저이 v. 잠을 깨우다

☐ dậy 저이 v. (잠자리에서) 일어나다

☐ ra khỏi giường 자 커이 즈엉
침대에서 나오다

☐ ngủ dậy muộn 응우 저이 무온
늦잠 자다

☐ tắm 땀 v. 샤워하다

☐ rửa mặt 즈어 맡 v. 세수하다

☐ gội đầu 고이 더우 v. 머리를 감다

- đánh răng 다잉 장 **v.** 양치하다

- bữa sáng 브어 쌍 **n.** 아침 식사

- ăn sáng 안 쌍 **v.** 아침 식사하다

- ban ngày 반 응아이 **n.** 낮

- giữa trưa 즈어 쯔어 **n.** 정오

- buổi trưa 부오이 쯔어 **n.** 점심

- bữa trưa 브어 쯔어 **n.** 점심 식사

- ăn trưa 안 쯔어 **v.** 점심 식사하다

- buổi chiều 부오이 찌에우 **n.** 오후

- ngủ trưa 응우 쯔어 낮잠 자다

- buổi tối 부오이 또이 **n.** 저녁

- bữa tối 브어 또이 **n.** 저녁 식사

- ăn tối 안 또이 v. 저녁 식사하다

- buổi đêm 부오이 뎀 n. 밤

- nửa đêm 느어 뎀 n. 자정

- nằm 남 v. 눕다

- ngủ 응우 v. 자다

- mơ 머 v. 꿈을 꾸다

- ngủ gật 응우 걷 v. 졸다

- giấc ngủ 적 응우 n. 잠

- thức đêm 특 뎀 v. 밤새다

- một ngày 몯 응아이 n. 하루

- thứ 트 n. 요일

- tuần 뚜언 n. 일주일

- thứ hai 트 하이 **n.** 월요일
- thứ ba 트 바 **n.** 화요일
- thứ tư 트 뜨 **n.** 수요일
- thứ năm 트 남 **n.** 목요일
- thứ sáu 트 싸우 **n.** 금요일
- thứ bảy 트 바이 **n.** <u>토요일</u>
- chủ nhật 쭈 녓 **n.** 일요일
- ngày thường 응아이 트엉 **n.** 평일
- cuối tuần 꾸오이 뚜언 **n.** 주말
- tháng 탕 **n.** 월, 달
- đầu tháng 더우 탕 **n.** 월초
- cuối tháng 꾸오이 탕 **n.** 월말

- □ năm 남 n. 연(年)

- □ tuổi 뚜오이 n. 나이, ~살

- □ trong một năm 쩡 몯 남 연간, 1년간의

- □ đầu năm 더우 남 n. 연초

- □ cuối năm 꾸오이 남 n. 연말

- □ giữa năm 즈어 남 n. 한 해의 중반

- □ lịch 릭 n. 달력

- □ âm lịch 엄 릭 n. 음력

- □ dương lịch 즈엉 릭 n. 양력

- □ ngày tháng 응아이 탕 n. 날짜

- □ hôm qua 홈 꾸아 n. 어제

- □ hôm nay 홈 나이 n. 오늘

- ngày mai 응아이 마이 **n.** 내일

- ngày kia 응아이 끼아 **n.** 모레

- ngày sinh 응아이 씽 **n.** 생일

- ngày kỷ niệm 응아이 끼 니엠 **n.** 기념일

- ngày nghỉ theo luật định
  응아이 응이 테오 루얻 딩 **n.** 공휴일

- ngày lễ của quốc gia
  응아이 레 꿔 꾸옥 자 **n.** 국경일

- ngày lễ 응아이 레 **n.** 명절

- ngày tết 응아이 뗃 **n.** 설날

- trung thu 쭝 투 **n.** 추석

- ngày giỗ tổ 응아이 조 또 **n.** 개천절

- ngày quốc tế lao động
  응아이 꾸옥 떼 라오 동 **n.** 노동절

- ngày phật đản 응아이 펏 단
  **n.** 석가탄신일

- ngày quốc khánh 응아이 꾸옥 카잉
  **n.** 건국기념일

- ngày giải phóng miền nam
  응아이 자이 펑 미엔 남 **n.** 남부 해방기념일

- ngày thống nhất đất nước
  응아이 통 녇 덛 느억 **n.** 통일기념일

- thế kỷ 테 끼 **n.** 세기

- khoảng thời gian 코앙 터이 잔 **n.** 기간

- thời kỳ 터이 끼 **n.** 시기

- thời đại 터이 다이 **n.** 시대

- □ quá khứ 꾸아 크 **n.** 과거

- □ hiện tại 히엔 따이 **n.** 현재

- □ tương lai 뜨엉 라이 **n.** 미래

- □ dạo này 자오 나이 **n.** 요즘

- □ gần đây 건 더이 **ad.** 최근에

- □ trước 쯔억 **ad.** (시간) 전에

07

## Bài 08. 날씨 & 계절
**Thời tiết và Mùa** 터이 띠엩 바 무어 MP3. B08

☐ **thời tiết** 터이 띠엩 **n.** 날씨

☐ **trong** 쩡 **a.** 투명하다

☐ **trong xanh** 쩡 싸잉 **a.** (하늘·물 등이) 맑다
  = **trong lành** 쩡 라잉 **a.** (공기가) 맑다

☐ **ấm** 엄 **a.** 따뜻하다
  = **ấm áp** 엄 압

☐ **dễ chịu** 제 찌우 **a.** (날씨가) 온화하다

☐ **mặt trời** 먿 쩌이 **n.** 태양, 해

☐ **nóng** 넝 **a.** 덥다

☐ **hơi nóng** 허이 넝 **n.** 열기

□ hơi lạnh 허이 라잉
  a. 쌀쌀하다, 조금 춥다 n. 냉기
  = lành lạnh 라잉 라잉

□ mát 맏 a. 서늘하다
  = mát mẻ 맏 메

□ se lạnh 쎄 라잉 a. 차갑다

□ lạnh 라잉 a. 춥다

□ không khí 콩 키 n. 공기

□ khí quyển 키 꾸이엔 n. 대기(권)

□ khô 코 a. 건조하다

□ hạn hán 한 한 n. 가뭄

□ mây 머이 n. 구름

☐ **nhiều mây** 니에우 머이
   **a.** 구름이 많다, 흐리다
   = **âm u** 엄 우

☐ **mưa** 므어 **n.** 비

☐ **trời mưa** 쩌이 므어 비가 오다

☐ **giọt nước mưa** 젇 느억 므어 **n.** 빗방울

☐ **mưa dầm** 므어 점 **n.** 장마

☐ **mưa rào** 므어 자오 **n.** 소나기

☐ **mưa bóng mây** 므어 벙 머이 **n.** 여우비

☐ **mưa phùn** 므어 푼 **n.** 이슬비

☐ **sương mù** 쓰엉 무 **n.** 안개

☐ **ẩm ướt** 엄 으얻
   **a.** 눅눅하다, 축축하다, 습하다

- độ ẩm cao 도 엄 까오 습도가 높다

- lũ lụt 루 룯 n. 홍수

- bão 바오 n. 태풍

- mưa bão 므어 바오 n. 폭풍우

- gió 저 n. 바람

- sấm 썸 n. 천둥

- sét 쎋 n. 번개

- tuyết 뚜이엗 n. 눈

- tuyết rơi 뚜이엗 저이 눈이 내리다

- mùa 무어 n. 계절

- mùa xuân 무어 쑤언 n. 봄

- ấm dần lên 엄 전 렌 따뜻해지다

- chồi 쪼이 **n.** 새싹

- đâm chồi 덤 쪼이 **v.** 싹이 트다

- mùa hè 무어 헤 **n.** 여름

- cái nóng 까이 넝 **n.** 더위

- bệnh say nắng 벵 싸이 낭 **n.** 일사병

- nóng đến ngạt thở 넝 덴 응앝 터
  숨막히게 덥다

- nắng như đổ lửa 낭 니으 도 르어
  덥고 햇볕이 쨍쨍하다

- nóng như thiêu như đốt
  넝 니으 티에우 니으 돋 불에 타듯이 덥다

- ô 오 **n.** 우산

- áo mưa 아오 므어 **n.** 우비

- mùa thu 무어 투 n. 가을

- lá khô 라 코 n. 낙엽

- thu hoạch 투 호아익 v. 수확하다

- thu hoạch vụ thu 투 호아익 부 투 v. 추수하다

- mùa đông 무어 동 n. 겨울

- lạnh dần 라잉 전 추워지다

- đá 다 n. 얼음

- băng 방 n. 얼음 덩어리

- đông cứng 동 끙 v. 얼다

- mùa khô 무어 코 n. 건기

- mùa mưa 무어 므어 n. 우기

☐ nhiệt độ 니엣 도 **n.** 온도

☐ khí hậu 키 허우 **n.** 기후

☐ phong thổ 펑 토 **n.** 풍토

☐ mưa đá 므어 다 **n.** 우박

☐ sương 쓰엉 **n.** 서리

☐ dự báo thời tiết 즈 바오 터이 띠엣
일기 예보

☐ dự báo 즈 바오 **v.** 예상하다

☐ biến đổi khí hậu 비엔 도이 키 허우
기후 변화

☐ tia tử ngoại 띠어 뜨 응오아이 **n.** 자외선

08

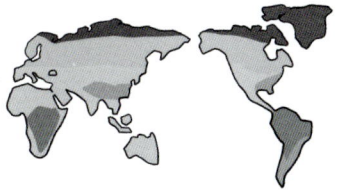

# Bài 09. 동물 & 식물
## Động vật và Thực vật 동 벋 바 특 벋
MP3. B09

□ động vật 동 벋 n. 동물

□ thú nuôi làm cảnh 투 누오이 람 까잉
  애완동물

□ gia súc 자 쑥 n. 가축

□ chân 쩐 n. (동물의) 발

□ lông 롱 n. 털

□ râu 저우 n. 수염

□ đuôi 두오이 n. 꼬리

□ móng 멍 n. 발톱

□ cào 까오 v. 할퀴다

- cho ăn 쩌 안 v. 먹이를 주다

- chuột 쭈옽 n. 쥐

- trâu 쩌우 n. 물소

- bò 버 n. 소, 황소

- bò cái 버 까이 n. 암소

- bò đực 버 득 n. 숫소

- bò sữa 버 쓰어 n. 젖소

- bê 베 n. 송아지

- hổ 호 n. 호랑이

- thỏ 터 n. 토끼

- mèo 메오 n. 고양이

- mèo con 메오 껀 n. 새끼 고양이

- rồng 종 n. 용

- rắn 잔 n. 뱀

- ngựa 응으어 n. 말

- ngựa con 응으어 껀 n. 망아지

- vó 버 n. 발굽

- bờm 범 n. 갈기

- đuôi ngựa 두오이 응으어 n. 말총

- cừu 끄우 n. 양

- dê 제 n. 염소

- khỉ 키 n. 원숭이

- gà 가 n. 닭

- gà mái 가 마이 n. 암탉

- gà trống 가 쫑 n. 수탉

- gà con 가 껀 n. 병아리

- chó 쩌 n. 개

- cún 꾼 n. 강아지
  = chó con 쩌 껀

- sủa 쑤어 v. (개가) 짖다

- hót 헏 v. (새가) 울다

- kêu 께우 v. 우짖다

- lợn 런 n. 돼지

- voi 버이 n. 코끼리

- hươu cao cổ 흐어우 까오 꼬 n. 기린

- cáo 까오 n. 여우

- sư tử 쓰 뜨 n. 사자

- gấu 거우 n. 곰

- chó sói 쩌 써이 n. 늑대

- ngựa vằn 응으어 반 n. 얼룩말

- hươu 흐어우 n. 사슴

- tê giác 떼 작 n. 코뿔소

- hà mã 하 마 n. 하마

- chuột chũi 쭈옫 쭈이 n. 두더지

- sóc 썹 n. 다람쥐

- dơi 저이 n. 박쥐

- cá voi 까 버이 n. 고래

- cá heo 까 헤오 n. 돌고래

- chim 찜 n. 새

- cánh 까잉 n. 날개

- lông vũ 롱 부 n. 깃털

- mỏ 머 n. 부리

- trứng 쯩 n. 알; 달걀

- ấp trứng 업 쯩 v. 알을 품다

- tổ chim 또 찜 n. 둥지

- vịt 빋 n. 오리

- ngỗng 응옹 n. 거위

- chim sẻ 찜 쎄 n. 참새

- chim bồ câu 찜 보 꺼우 n. 비둘기

- chim đại bàng 찜 다이 방 n. 독수리

- chim hải âu 찜 하이 어우 **n.** 갈매기

- chim gõ kiến 찜 거 끼엔 **n.** 딱따구리

- công 꽁 **n.** 공작

- cú 꾸 **n.** 부엉이

- chim cánh cụt 찜 까잉 꾿 **n.** 펭귄

- cá 까 **n.** 물고기

- đuôi cá 두오이 까 **n.** (물고기) 꼬리

- mang cá 망 까 **n.** 아가미

- vây cá 버이 까 **n.** 지느러미

- vảy cá 바이 까 **n.** 비늘

- cá nhiệt đới 까 니엗 더이 **n.** 열대어

- bể cá 베 까 **n.** 어항

- cá mập 까 멉 n. 상어
- cá thu 까 투 n. 고등어
- cá hồi 까 호이 n. 연어
- cá chép 까 쩹 n. 잉어
- bạch tuộc 바익 뚜옥 n. 문어
- trăn 짠 n. 비단뱀
- thằn lằn 탄 란 n. 도마뱀
- rùa 주어 n. 거북
- cá sấu 까 써우 n. 악어
- ếch 에익 n. 개구리
- nòng nọc 넝 넙 n. 올챙이
- ốc sên 옥 쎈 n. 달팽이

- nhện 낸 **n.** 거미

- côn trùng 꼰 쭝 **n.** 곤충

- sâu bọ 써우 버 **n.** 벌레

- bướm 브엄 **n.** 나비

- ong 엉 **n.** 꿀벌

- kiến 끼엔 **n.** 개미

- chuồn chuồn 쭈온 쭈온 **n.** 잠자리

- ve 베 **n.** 매미

- ruồi 주오이 **n.** 파리

- gián 잔 **n.** 바퀴벌레

- muỗi 무오이 **n.** 모기

- thực vật 특 벋 **n.** 식물

- trồng 쫑 v. 심다

- cây 꺼이 n. 나무

- cành 까잉 n. 나뭇가지

- lá 라 n. 나뭇잎

- rễ 제 n. 뿌리

- cỏ 꺼 n. 풀

- tảo 따오 n. 해초

- hoa 호아 n. 꽃

- nụ hoa 누 호아 n. 꽃봉오리

- cánh hoa 까잉 호아 n. 꽃잎

- nở 너 v. 꽃이 피다

- hồng 홍 n. 장미

- loa kèn 롸 껜 **n.** 백합

- tulip 뛸립 **n.** 튤립

- hướng dương 흐엉 즈엉 **n.** 해바라기

- sen 쎈 **n.** 연꽃

- quả 꾸아 **n.** 열매

- hạt 핱 **n.** 씨, 씨앗

- tưới nước 뜨어이 느억 **v.** 물을 주다

- héo 헤오 **a.** 시들다

- nhổ 뇨 **v.** 뽑다

## Bài 10. 집
**Nhà** 냐                    MP3. B10

☐ nhà 냐 **n.** 집

☐ phòng 펑 **n.** 방

☐ phòng ăn 펑 안 **n.** 식당

☐ phòng ngủ 펑 응우 **n.** 침실

☐ phòng tắm 펑 땀 **n.** 욕실

☐ phòng khách 펑 카익 **n.** 거실

☐ lối ra vào 로이 자 바오 **n.** 출입구

☐ thềm nhà 템 냐 **n.** 현관

☐ chìa khóa 찌아 코아 **n.** 열쇠

☐ cửa 끄아 **n.** 문

□ cửa sổ 끄아 쏘 n. 창문

□ mở 머 v. 열다

□ đóng 덩 v. 닫다

□ chuông cửa 쭈옹 끄아 n. 초인종

□ vườn 브언 n. 정원

□ sân 썬 n. 마당

□ hàng rào 항 자오 n. 울타리

□ cầu thang 꺼우 탕 n. 계단
　= cầu thang bộ 꺼우 탕 보

□ thang máy 탕 마이 n. 승강기, 엘리베이터

□ tầng 떵 n. 층

□ tầng hầm 떵 험 n. 지하층

- phòng gác mái 펑 각 마이 **n.** 다락방

- mái nhà 마이 냐 **n.** 지붕

- ống khói 옹 커이 **n.** 굴뚝

- trần nhà 쩐 냐 **n.** 천장

- tường 뜨엉 **n.** 벽

- sàn nhà 싼 냐 **n.** 바닥

- phòng tiếp khách 펑 띠엡 카익 **n.** 응접실

- đồ đạc 도 닥 **n.** 가구

- bàn 반 **n.** 탁자

- bàn học 반 헙 **n.** 책상

- ghế 게 **n.** 의자

- ghế ngả 게 응아 n. (1인용) 안락의자

- sô pha 소파 n. 소파

- rèm 젬 n. 커튼

- ti vi 띠 브이 n. 텔레비전

- giường 즈엉 n. 침대

- giường xếp 즈엉 쎕 간이 침대

- giường gấp di động 즈엉 겁 지 동 이동식 침대

- giường gấp 즈엉 겁 접이식 침대

- cũi 꾸이 n. 요람

- giường đôi 즈엉 도이 트윈 베드

- tủ quần áo 뚜 꾸언 아오 n. 장롱, 옷장

- kệ để đồ 께 데 도 **n.** 선반

- tủ để đồ 뚜 데 도 **n.** 수납장

- ngăn kéo 응안 께오 **n.** 서랍

- gương 그엉 **n.** 거울

- đèn 덴 **n.** 램프, 전등

- móc áo 먑 아오 **n.** (어깨 모양의) 옷걸이
  = mắc áo 막 아오

- phòng bếp 펑 벱 **n.** 부엌

- tủ lạnh 뚜 라잉 **n.** 냉장고

- bếp ga 벱 가 **n.** 가스레인지

- lò vi sóng 러 브이 썽 **n.** 전자레인지

- lò nướng 러 느엉 **n.** 오븐

- [ ] máy xay 마이 싸이 n. 믹서

- [ ] máy nướng bánh mỳ 마이 느엉 바잉 미 n. 토스터

- [ ] rửa bát 즈아 밭 v. 설거지하다

- [ ] máy rửa bát 마이 즈아 밭 n. 식기세척기

- [ ] bồn rửa bát 본 즈아 밭 n. 개수대

- [ ] rửa 즈아 v. 씻다

- [ ] tắm 땀 v. 목욕하다

- [ ] bồn tắm 본 땀 n. 욕조

- [ ] vòi hoa sen 버이 호아 쎈 n. 샤워기

- [ ] bồn rửa mặt 본 즈아 맏 n. 세면대

- [ ] vòi nước 버이 느억 n. 수도꼭지

- xà phòng 싸 펑 **n.** 비누

- phòng vệ sinh 펑 베 씽 **n.** 화장실
  = nhà vệ sinh 냐 베 씽

- bồn cầu 본 꺼우 **n.** 변기

- rác 작 **n.** 쓰레기

- thùng rác 퉁 작 **n.** 쓰레기통

- vứt rác 븓 작 **v.** 쓰레기를 버리다

- dọn dẹp 전 젭 **v.** 청소하다, 깨끗이 하다

- lau 라우 **v.** (걸레로) 닦다

- cọ 꺼 **v.** (솔로) 닦다

- quét 꾸엩 **v.** 쓸다, 비질하다

- máy hút bụi 마이 훋 부이 **n.** 청소기

□ giặt 잗 v. 세탁하다, 빨래하다

□ máy giặt 마이 잗 n. 세탁기

## Bài 11. 옷
**Quần áo** 꾸언 아오   MP3. B11

☐ quần áo 꾸언 아오 **n.** 옷

☐ mặc quần áo 막 꾸언 아오 옷을 입다

☐ cởi quần áo 꺼이 꾸언 아오 옷을 벗다

☐ quần 꾸언 **n.** 바지

☐ quần dài 꾸언 자이 **n.** 긴 바지

☐ quần lửng 꾸언 릉 **n.** (무릎 아래) 반바지

☐ quần soóc 꾸언 썩 **n.** (무릎 위) 반바지

☐ quần bò 꾸언 버 **n.** 청바지

☐ trang phục chỉnh tề 짱 푹 찡 떼
   **n.** 정장

☐ com lê 껌 레 **n.** 양복

- □ áo sơ mi 아오 써 미 n. 와이셔츠

- □ áo thun 아오 툰 n. 티셔츠
  = áo phông 아오 퐁

- □ áo vét 아오 벧 n. 재킷

- □ áo len 아오 렌 n. 스웨터

- □ áo gi lê 아오 지 레 n. 조끼

- □ áo khoác ngoài 아오 코악 응오아이 n. 점퍼

- □ áo dạ 아오 자 n. 코트

- □ áo phao 아오 파오 n. 패딩

- □ chân váy 쩐 바이 n. 치마

- □ váy ngắn 바이 응안 n. 미니스커트

- □ váy xếp ly 바이 쎕 리 n. 주름치마

- váy liền thân 바이 리엔 턴
  n. 원피스, 드레스

- váy cưới 바이 끄어이 n. 웨딩드레스
  = áo cưới 아오 끄어이

- đầm dạ hội 덤 자 호이
  n. (야간) 파티드레스

- áo dài 아오 자이 n. 아오자이

- áo cánh nữ 아오 까잉 느 n. 블라우스

- đồ lót 도 럳 n. 속옷

- đồ lót nữ 도 럳 느 n. 여성 속옷

- đồ ngủ 도 응우 n. 잠옷

- quần áo bơi 꾸언 아오 버이 n. 수영복

- quần áo thể thao 꾸언 아오 테 타오
  n. 운동복

- áo mưa 아오 므아 n. 우비

- khăn 칸 n. 스카프, 목도리

- khẩu trang 커우 짱 n. 마스크

- mũ bảo hiểm 무 바오 히엠 n. 헬멧

- áo chống nắng 아오 쫑 낭
  햇볕을 가리는 옷

- dây lưng 저이 릉 n. 허리띠, 벨트
  = thắt lưng 탇 릉

- găng tay 강 따이 n. 장갑

- mũ 무 n. 모자

- mũ lưỡi trai 무 르어이 짜이 n. 캡 모자

- nón 넌 n. 농, 베트남 전통 모자

- cà vạt 까 받 n. 넥타이

- tất 떧 **n.** 양말

- giày 자이 **n.** 신발, 구두

- giày da 자이 자 **n.** 가죽 구두

- giày thể thao 자이 테 타오 **n.** 운동화

- ủng 웅 **n.** 장화

- xăng đan 쌍 단 **n.** 샌들
  = dép quai hậu 잽 꾸아이 허우

- dép lê 잽 레 **n.** 슬리퍼

- dép đi trong nhà 잽 디 쩡 냐 **n.** 실내화

- kính 낑 **n.** 안경

- kính râm 낑 점 **n.** 선글라스

- túi 뚜이 **n.** 가방, 주머니

☐ túi xách 뚜이 싸익 **n.** 핸드백

☐ túi áo 뚜이 아오 **n.** 상의 주머니

☐ túi quần 뚜이 꾸언 **n.** 바지 주머니

☐ va ly 바 리 **n.** 여행용 가방

☐ ba lô 바 로 **n.** 배낭

☐ ví 브이 **n.** 지갑

☐ đá quí 다 꾸이 **n.** 보석

☐ đồ trang sức 도 짱 쓱 **n.** 장신구, 액세서리

☐ vòng cổ 벙 꼬 **n.** 목걸이

☐ vòng tay 벙 따이 **n.** 팔찌

☐ khuyên tai 쿠이엔 따이 **n.** 귀걸이

☐ nhẫn 년 **n.** 반지

- cái cài áo 까이 까이 아오 n. 브로치

- chạy theo mốt 짜이 테오 몯
유행에 뒤지다

- hợp 헙 v. 어울리다

- đeo 데오 v. 착용하다

- ống tay 옹 따이 n. 소매

- áo dài tay 아오 자이 따이 n. 긴팔

- áo cộc tay 아오 꼽 따이 n. 반팔

- áo ba lỗ 아오 바 로 n. 민소매

- áo phông ba lỗ 아오 퐁 바 로
n. 민소매 셔츠

- cổ áo 꼬 아오 n. 옷깃

- khóa kéo 코아 께오 n. 지퍼

- khóa quần 코아 꾸언 n. 바지 지퍼

- lụa 루아 n. 실크

- sợi bông 써이 봉 n. 면, 면직물

- len lông cừu 렌 롱 끄우 n. 양모

- vải tổng hợp 바이 똥 헙 n. 합성 섬유

- da 자 n. 가죽

- đường nét 드엉 넽 n. 무늬

- sọc vằn 썹 반 n. 줄무늬

- kẻ ca rô 께 까 조 n. 체크무늬

- hình giọt nước 힝 졷 느억 n. 물방울 무늬

- thêu 테우 n. 자수

- rực rỡ 즉 저 a. 화려하다

# Bài 12. 음식
## Thức ăn 특 안

□ thức ăn 특 안 n. 음식

□ thực phẩm 특 펌 n. 식품

□ bữa ăn 브어 안 n. 식사

□ thịt 틷 n. 고기

□ thịt bò 틷 버 n. 쇠고기

□ thịt lợn 틷 런 n. 돼지고기

□ thịt gà 틷 가 n. 닭고기

□ thịt dê 틷 제 n. 양고기

□ gạo 가오 n. 쌀

□ phở 퍼 n. 쌀국수

- nem cuốn 넴 꾸온 n. 월남쌈
- bún 분 n. 국수
- cơm 껌 n. 밥
- bột mì 봇 미 n. 밀가루
- mỳ Ý 미 이 n. 스파게티
- hải sản 하이 싼 n. 해산물
- mực 득 n. 오징어
- tôm 똠 n. 새우
- ngao 응아오 n. 조개
- cua 꾸어 n. 게
- cá 까 n. 생선, 물고기
- cá cơm 까 껌 n. 멸치

□ cá ngừ 까 응으 **n.** 참치

□ cá thu 까 투 **n.** 고등어

□ đỗ 도 **n.** 콩
  = đậu 더우

□ đậu hà lan 더우 하 란 **n.** 완두콩

□ tảo biển 따오 비엔 **n.** 해초

□ rau 자우 **n.** 채소

□ hành tây 하잉 떠이 **n.** 양파

□ tỏi 떠이 **n.** 마늘

□ rau diếp 자우 지엡 **n.** 상추

□ bắp cải 밥 까이 **n.** 양배추

□ rau chân vịt 자우 쩐 빝 **n.** 시금치

- ớt 얻 n. 고추

- ớt chuông 얻 쭈옹 n. 피망

- dưa chuột 즈어 쭈올 n. 오이

- cà tím 까 띰 n. 가지

- giá đỗ 자 도 n. 숙주

- rau mùi 자우 무이 n. 고수

- cà chua 까 쭈어 n. 토마토

- ngô 응오 n. 옥수수

- cà rốt 까 졷 n. 당근

- củ cải 꾸 까이 n. 무

- khoai tây 코아이 떠이 n. 감자

- khoai lang 코아이 랑 n. 고구마

☐ hoa quả 호아 꾸아 **n.** 과일

☐ chín 찐 **v.** 익다

☐ táo 따오 **n.** 사과

☐ lê 레 **n.** 배

☐ dâu tây 저우 떠이 **n.** 딸기

☐ cam 깜 **n.** 오렌지

☐ chanh 짜잉 **n.** 라임

☐ nho 녀 **n.** 포도

☐ đào 다오 **n.** 복숭아

☐ chuối 쭈오이 **n.** 바나나

☐ dừa 즈어 **n.** 코코넛

☐ dưa hấu 즈어 허우 **n.** 수박

☐ anh đào 아잉 다오 **n.** 체리

☐ xoài 쏘아이 **n.** 망고

☐ măng cụt 망 꾿 **n.** 망고스틴

☐ quả bơ 꾸아 버 **n.** 아보카도

☐ thanh long 타잉 렁 **n.** 용과

☐ đu đủ 두 두 **n.** 파파야

☐ chôm chôm 쫌 쫌 **n.** 람부탄

☐ dứa 즈어 **n.** 파인애플

☐ dưa lưới 즈어 르어이 **n.** 멜론

☐ mít 믿 **n.** 잭프룻

☐ sầu riêng 써우 지엥 **n.** 두리안

☐ đồ uống 도 우옹 **n.** 음료

- nước 느억 n. 물

- sữa 쓰어 n. 우유

- rượu vang 지에우 방 n. 와인

- trà 짜 n. 차
  = chè 쩨

- chai 짜이 n. 병

- cốc 꼽 n. 잔

- gia vị 자 브이 n. 양념

- muối 무오이 n. 소금

- đường 드엉 n. 설탕

- hạt tiêu 핟 띠에우 n. 후추

- dấm 점 n. 식초

- **nước tương** 느억 뜨엉 **n.** 간장

- **nước mắm** 느억 맘
  **n.** 액젓(생선을 발효해 만든 베트남 소스)

- **mỡ** 머 **n.** 기름

- **mỡ động vật** 머 동 벋 동물성 기름

- **dầu thực vật** 저우 특 벋 식물성 기름

- **dầu ô liu** 저우 오 리우 **n.** 올리브유

- **nước sốt mayone** 느억 쏟 마 여 네
  **n.** 마요네즈

- **mùi tạt** 무이 딷 **n.** 겨자, 머스터드

- **nước sốt cà chua** 느억 쏟 까 쭈어
  **n.** 케첩

- **tương ớt** 뜨엉 얻 **n.** 칠리 소스

- mứt 믇 **n.** 잼

- bơ 버 **n.** 버터

- nấu nướng 너우 느엉 **v.** 요리하다

- công thức nấu ăn 꽁 특 너우 안 **n.** 요리법

- bóc vỏ 법 버 **v.** 껍질을 벗기다

- thái 타이 **v.** 썰다, 자르다

- băm 밤 **v.** 다지다

- trộn 쫀 **v.** 섞다

- rót 젇 **v.** 따르다, 붓다

- nấu chín 너우 찐 **v.** 익히다

- nướng 느엉 **v.** 굽다

- xào 싸오 v. 볶다

- đun sôi 둔 쏘이 v. 끓이다

- luộc 루옥 v. 삶다

- rán 잔 v. 튀기다

- nhúng qua 늉 꾸아 v. 데치다

- làm cháy 람 짜이 v. 태우다

- làm nóng trước 람 넝 쯔억 v. 예열하다

- làm nóng chảy 람 넝 짜이 v. 녹이다
  = làm tan 람 딴

- làm đông lạnh 람 동 라잉 v. 냉동하다

- giã đông 자 동 v. 해동하다

- dao 자오 n. 칼

- thớt 턷 **n.** 도마

- muôi 무오이 **n.** 국자

- nồi 노이 **n.** 냄비

- chảo 짜오 **n.** 프라이팬

- bát 받 **n.** 그릇

- bộ đồ ăn 보 도 안 **n.** 식기

- đĩa 디아 **n.** 접시

- khay 카이 **n.** 쟁반

12

# Bài 13. 취미
## Sở thích 써 틱

MP3. B13

☐ sở thích 써 틱 n. 취미

☐ thời gian rảnh rỗi 터이 잔 자잉 조이 n. 여가

☐ giải trí 자이 찌 v. 오락하다

☐ vận động 번 동 n. 운동

☐ tập thể dục 떱 테 죽 v. 운동하다

☐ trận đấu 쩐 더우 n. 경기

☐ thi đấu 티 더우 v. 시합하다

☐ nhà thi đấu 냐 티 더우 n. 체육관

☐ câu lạc bộ thể dục thẩm mỹ
꺼우 락 보 테 죽 텀 미 헬스클럽

- chạy 짜이 v. 달리다, 뛰다

- chạy bộ 짜이 보 n. 조깅 v. 조깅하다

- bơi 버이 n. 수영 v. 수영하다

- bể bơi 베 버이 n. 수영장

- quần vợt 꾸언 벋 n. 테니스

- cầu lông 꺼우 롱 n. 배드민턴

- bóng đá 벙 다 n. 축구

- bóng chày 벙 짜이 n. 야구

- bóng rổ 벙 조 n. 농구

- bóng chuyền 벙 쭈이엔 n. 배구

- bóng bàn 벙 반 n. 탁구

- gôn 곤 n. 골프

□ bóng 병 **n.** 공

□ vợt 벌 **n.** 라켓

□ yo ga 요 가 **n.** 요가

□ đấm bốc 덤 봅 **n.** 권투 **v.** 권투하다

□ cuộc đua xe đạp 꾸옥 두어 쎄 답
**n.** 자전거 경기

□ trượt tuyết 쯔얻 뚜이엗
**n.** 스키 **v.** 스키를 타다

□ trượt băng 쯔얻 방 **n.** 스케이트

□ trượt pa tanh 쯔얻 빠 따잉
**n.** 롤러스케이트, 인라인스케이트

□ sân trượt băng 썬 쯔얻 방
**n.** 아이스링크

- nhạc 냑 n. 음악
  = âm nhạc 엄 냑

- hát 핟 v. 노래하다

- bài hát 바이 핟 n. 노래

- ca sỹ 까 씨 n. 가수

- giai điệu 자이 디에우 n. 멜로디

- sáng tác nhạc 쌍 딱 냑 v. 작곡하다

- nhạc sỹ 냑 씨 n. 작곡가

- đĩa nhạc 디아 냑 n. 음반

- nghe 응에 v. 듣다

- thể loại 테 로아이 n. 장르

- biểu diễn 비에우 지엔 v. 연주하다

- nhạc cụ 냑 꾸 **n.** 악기

- đàn dương cầm 단 즈엉 껌 **n.** 피아노

- vi ô lông 브이 오 롱 **n.** 바이올린

- xê lô 쎄 로 **n.** 첼로

- đàn hạc 단 학 **n.** 하프

- sáo 싸오 **n.** 플루트

- đàn ghi ta 단 기 따 **n.** 기타

- trống 쫑 **n.** 북

- dàn trống 잔 쫑 **n.** 드럼

- buổi biểu diễn 부오이 비에우 지엔 **n.** 콘서트

- dàn nhạc giao hưởng 잔 냑 자오 흐엉 **n.** 오케스트라

- ô pê ra 오 빼 라 **n.** 오페라

- ca kịch 까 끽 **n.** 뮤지컬

- phim 핌 **n.** 영화

- phim hành động 핌 하잉 동 액션 영화

- phim hoạt hình 핌 호앝 힝 만화 영화

- phim giải trí 핌 자이 찌 오락 영화

- phim kinh dị 핌 낑 지 공포 영화

- phim khoa học viễn tưởng
  핌 코아 헙 비엔 뜨엉 공상 과학 영화, SF 영화

- phim tài liệu 핌 따이 리에우 다큐멘터리

- rạp chiếu phim 잡 찌에우 핌 **n.** 영화관

- xem phim 쎔 핌 영화를 보다

- phim mới lần đầu ra mắt 핌 머이 런 더우 자 맡 개봉 영화

- đạo diễn phim 다오 지엔 핌 **n.** 영화감독

- diễn viên 지엔 비엔 **n.** 배우

- sách 싸익 **n.** 책

- đọc 덥 **v.** 읽다

- hiệu sách 히에우 싸익 **n.** 서점

- tiểu thuyết 띠에우 투이엩 **n.** 소설

- thơ 터 **n.** 시

- tùy bút 뚜이 붇 **n.** 수필

- tạp chí 땁 찌 **n.** 잡지

- truyện tranh 쭈이엔 짜잉 **n.** 만화

- viết 비엘 v. (글을) 쓰다

- tác giả 딱 자 n. 작가

- nhà tiểu thuyết 냐 띠에우 투이엘 n. 소설가

- nhà thơ 냐 터 n. 시인

- nhà tùy bút 냐 뚜이 붇 n. 수필가

- ảnh 아잉 n. 사진

- chụp 쭙 v. 촬영하다

- chụp ảnh 쭙 아잉 사진을 찍다

- máy ảnh 마이 아잉 n. 카메라

- họa sỹ 호아 씨 n. 화가

- vẽ tranh 베 짜잉 그림 그리다

- màu sắc 마우 싹 **n.** 색

- màu nước 마우 느억 **n.** 물감

- chổi 쪼이 **n.** 붓

- vải bạt 바이 밭 **n.** 캔버스

- trò chơi 쩌 쩌이 **n.** 게임

- cờ vua 꺼 부어 **n.** 체스

- xúc xắc 쑥 싹 **n.** 주사위

- leo núi 레오 누이 **v.** 등산하다

- đi dạo 디 자오 **v.** 산책하다

- cắm trại 깜 짜이 **n.** 캠핑

- câu cá 꺼우 까 **n.** 낚시

- thợ mộc 터 몹 **n.** 목공

□ cắm hoa 깜 화 **n.** 꽃꽂이

□ tỉa cây 띠아 꺼이 **v.** 정원을 가꾸다

□ sưu tầm 쓰우 떰 **n.** 수집 **v.** 수집하다

□ đan len 단 렌 **v.** 뜨개질하다

**Bài 14.** 전화 & 인터넷
**Điện thoại và In-tơ-nét**
디엔 토아이 바 인 떠 넽

MP3. B14

□ điện thoại 디엔 토아이 n. 전화

□ điện thoại di động 디엔 토아이 지 동
n. 휴대 전화

□ điện thoại thông minh
디엔 토아이 통 밍 n. 스마트폰

□ gọi điện thoại 거이 디엔 토아이
전화를 걸다

□ ngắt điện thoại 응앋 디엔 토아이
전화를 끊다
= cúp máy 꿉 마이

□ tin nhắn 띤 년 n. 메시지

□ gửi 그이 v. 보내다

- □ gửi tin nhắn 그이 띤 년 메시지를 보내다

- □ nhận 년 v. 받다

- □ nhận điện thoại 년 디엔 토아이 전화를 받다

- □ tiếng chuông 띠엥 쭈옹 n. 벨소리

- □ pin 삔 n. 배터리

- □ sạc pin 싹 삔 v. 충전하다

- □ hết pin 헫 삔 v. 방전되다

- □ bật 벋 v. 켜다

- □ tắt 딷 v. 끄다

- □ gọi điện thoại có hình 거이 디엔 토아이 꺼 힝 영상통화

- mạng không dây 망 콩 저이
  n. 와이파이, 무선 네트워크

- in-tơ-nét 인 떠 넫 n. 인터넷

- hệ thống mạng 헤 통 망 n. 네트워크

- đăng nhập 당 녑 v. 로그인하다

- thoát 토앋 v. 로그아웃하다

- truy cập 쭈이 껍 v. 접속하다

- tài khoản 따이 코안 n. 계정

- gia nhập 자 녑 v. 가입하다

- email 이 메오 n. 이메일

- mạng xã hội 망 싸 호이
  n. 소셜 네트워크, SNS

- blog 버록 n. 블로그

☐ ứng dụng 응 중 n. 애플리케이션

☐ trực tuyến 쪽 뚜이엔 n. 온라인

☐ game trực tuyến 겜 쪽 뚜이엔
온라인 게임

☐ mua sắm trên mạng 무어 쌈 쩬 망
온라인 쇼핑

☐ tải xuống 따이 쑤옹 v. 다운로드하다

☐ máy tính 마이 띵 n. 컴퓨터

☐ màn hình 만 힝 n. 모니터, 화면

☐ bàn phím 반 핌 n. 키보드, 자판

☐ gõ 거 v. (키보드를) 치다

☐ nhập 녑 v. 입력하다

☐ chuột 쭈옽 n. 마우스

- **nhấp chuột** 녑 쭈옫 v. 클릭하다

- **bàn di chuột** 반 지 쭈옫 마우스 패드

- **ổ cứng** 오 끙 n. 하드 디스크

- **ram** 람 n. 램(RAM)

- **chương trình** 쯔엉 찡 n. 프로그램

- **cài đặt** 까이 닫 v. 설치하다

- **máy in** 마이 인 n. 프린터

- **máy quét** 마이 꾸엗 n. 스캐너

- **web cam** 웹 깜 n. 웹캠

- **usb** 우 엘 베 n. 이동식 메모리(USB)

- **ổ cứng cầm tay** 오 끙 껌 따이
  n. 외장하드

- màn hình nền 만 힝 넨 **n.** 바탕화면

- thư mục 트 묵 **n.** 폴더

- tập tin 떱 띤 **n.** 파일

- lưu 르우 **v.** 저장하다

- xóa 쏘아 **v.** 지우다, 삭제하다

- bảo mật 바오 먿 **n.** 보안

- vi rút 브이 룯 **n.** (컴퓨터) 바이러스

- hacking 하익낑 **n.** 해킹

- thư rác 트 작 **n.** 스팸 메일

- chặn 쩐 **v.** 차단하다

- máy tính xách tay
  마이 띵 싸익 따이 **n.** 노트북 컴퓨터

- **máy tính bảng** 마이 띵 방
  **n.** 태블릿 PC

- **thuận tiện** 투언 띠엔 **a.** 편리한

- **thực dụng** 특 중 **a.** 실용적인

- **hữu dụng** 흐우 중 **a.** 유용한

14

> **Bài 15.** 학교
> **Trường học** 쯔엉 헙
>
> MP3. B15

□ trường 쯔엉 **n.** 학교
  = trường học 쯔엉 헙

□ trường tiểu học 쯔엉 띠에우 헙
  **n.** 초등학교

□ trường cấp 2 쯔엉 껍 하이 **n.** 중학교

□ trường cấp 3 쯔엉 껍 바 **n.** 고등학교

□ học sinh 헙 씽 **n.** 학생(고등학교 이하)

□ học sinh tiểu học 헙 씽 띠에우 헙
  **n.** 초등학생

□ học sinh cấp 2 헙 씽 껍 하이 **n.** 중학생

□ học sinh cấp 3 헙 씽 껍 바 **n.** 고등학생

- trường đại học 쯔엉 다이 헙 **n.** 대학교

- sinh viên 씽 비엔 **n.** 대학생

- trường cao học 쯔엉 까오 헙 **n.** 대학원

- học viên cao học 헙 비엔 까오 헙
  **n.** 대학원생

- trường cao đẳng 쯔엉 까오 당
  **n.** 3년제 대학

- trường trung cấp 쯔엉 쭝 껍
  **n.** 전문대학

- trường dạy nghề 쯔엉 자이 응에
  **n.** 직업 훈련 학교

- giáo viên 자오 비엔 **n.** 선생님, 교사

- thầy giáo 터이 자오 **n.** 남자 선생님

□ cô giáo 꼬 자오 n. 여자 선생님

□ bạn cùng trường 반 꿍 쯔엉 n. 동창

□ bạn đồng môn 반 동 몬 n. 동문

□ bạn cùng lớp 반 꿍 럽 n. 같은 반 친구

□ người học khóa trên
   응어이 헙 코아 쩬 선배

□ người học khóa dưới
   응어이 헙 코아 즈어이 후배

□ đỗ 도 v. 합격하다

□ trượt 쯔얼 v. 불합격하다

□ nhập học 녑 헙 v. 입학하다

□ tốt nghiệp 똗 응이엡 v. 졸업하다

□ đi học 디 헙 v. 등교하다

- đi học về 디 헙 베 v. 하교하다

- muộn học 무온 헙 학교에 늦다

- đi học về sớm 디 헙 베 썸 조퇴하다

- trốn học 쫀 헙
  v. 땡땡이 치다[속어]; 게으름을 피우다

- đi bộ 디 보 v. 걸어서 가다

- xe buýt đưa đón học sinh
  쎄 부읻 드어 던 헙 씽 통학 버스

- xe đạp 쎄 답 n. 자전거

- học kỳ 헙 끼 n. 학기

- lớp học 럽 헙 n. 교실

- buổi học 부오이 헙 n. 수업

- thời khóa biểu 터이 코아 비에우 **n.** 시간표

- bài giảng 바이 장 **n.** 강의

- giáo án 자오 안 **n.** 교안

- dạy 자이 **v.** 가르치다

- học 헙 **v.** 배우다, 공부하다

- ôn bài 온 바이 **v.** 복습하다

- luyện tập trước 루이엔 떱 쯔억 **v.** 예습하다

- câu hỏi 꺼우 허이 **n.** 질문

- hỏi 허이 **v.** 질문하다

- tính toán 띵 또안 **v.** 계산하다

- máy tính 마이 띵 **n.** 계산기

- số 쏘 n. 숫자

- môn học 몬 헙 n. 과목

- toán 또안 n. 수학

- khoa học 코아 헙 n. 과학

- vật lý 벋 리 n. 물리

- hóa học 호아 헙 n. 화학

- sinh học 씽 헙 n. 생물

- xã hội 싸 호이 n. 사회

- địa lý 디아 리 n. 지리

- lịch sử 릭 쓰 n. 역사

- văn học 반 헙 n. 문학

- âm nhạc 엄 냑 n. 음악

- □ mỹ thuật 미 투얻 **n.** 미술

- □ thể dục 테 죽 **n.** 체육

- □ tiếng Việt 띠엥 비엩 **n.** 베트남어

- □ tiếng Anh 띠엥 아잉 **n.** 영어

- □ tiếng Hàn 띠엥 한 **n.** 한국어

- □ bảng 방 **n.** 칠판

- □ phấn 펀 **n.** 분필

- □ giẻ lau bảng 제 라우 방 **n.** 칠판 지우개

- □ sách 싸익 **n.** 책

- □ sách giáo khoa 싸익 자오 코아 **n.** 교과서

- □ giáo trình 자오 찡 **n.** 교재

- □ vở 버 **n.** 공책

☐ bút 붇 n. 펜

☐ bút chì 붇 찌 n. 연필

☐ bút mực 붇 므 n. 만년필

☐ bút bi 붇 비 n. 볼펜

☐ bút đánh dấu 붇 다잉 저우 n. 형광펜

☐ bút dạ 붇 자 n. 매직펜

☐ viết 비엘 v. 필기하다, 쓰다

☐ tẩy 떠이 n. 지우개

☐ bút xóa 붇 쏘아 n. 수정펜

☐ thước kẻ 트억 께 n. 자

☐ bài tập 바이 떱 n. 숙제

☐ làm bài tập 람 바이 떱 숙제하다

- báo cáo 바오 까오
  **n.** 보고서, 리포트 **v.** 보고하다

- nộp 놉 **v.** 제출하다

- bài kiểm tra 바이 끼엠 짜 **n.** 시험

- làm bài kiểm tra 람 바이 끼엠 짜
  시험을 치르다

- bài kiểm tra giữa kỳ
  바이 끼엠 짜 즈아 끼 **n.** 중간고사

- bài kiểm tra cuối kỳ
  바이 끼엠 짜 꾸오이 끼 **n.** 기말고사

- câu hỏi kiểm tra
  꺼우 허이 끼엠 짜 **n.** 시험 문제

- đáp án 답 안 **v.** 답안

# 15

- giấy làm bài kiểm tra
  저이 람 바이 끼엠 짜 답안지

- dễ 제 a. 쉽다

- khó 커 a. 어렵다

- kết quả kiểm tra 껟 꾸아 끼엠 짜
  n. 성적

- bảng điểm 방 디엠 n. 성적표

- điểm trung bình 디엠 쭝 빙 n. 평균 점수

- điểm chuẩn 디엠 쭈언 n. 합격 점수

- điểm 디엠 n. 점수

- chấm điểm 쩜 디엠 v. 점수를 매기다

- tín chỉ 띤 찌 n. 학점

- đánh giá 다잉 자 v. 평가하다

☐ **học vị** 헙 브이 **n.** 학위

☐ **học bổng** 헙 봉 **n.** 장학금

☐ **nghỉ** 응이 **v.** 쉬다

☐ **giờ giải lao** 저 자이 라오 **n.** 휴식

☐ **sau khi tan học** 싸우 키 딴 헙 방과 후

☐ **trung tâm dạy thêm** 쭝 떰 자이 템
  **n.** 학원

☐ **kỳ nghỉ hè** 끼 응이 해 **n.** 여름방학

☐ **kỳ nghỉ tết** 끼 응이 뗃
  **n.** 구정 휴가, Tet 휴가

☐ **thư viện** 트 비엔 **n.** 도서관

☐ **câu lạc bộ** 꺼우 락 보 **n.** 동아리

□ tham gia câu lạc bộ 탐 자 꺼우 락 보
동아리에 참여하다

**Bài 16. 직장**
**Nơi làm việc** 너이 람 비엑          MP3. B16

□ công việc 꽁 비엑 **n.** 일

□ việc làm 비엑 람 **n.** 일자리

□ làm việc 람 비엑 **v.** 근무하다

□ nơi làm việc 너이 람 비엑 **n.** 직장

□ văn phòng 반 펑 **n.** 사무실

□ nghiệp vụ 응이엡 부 **n.** 업무

□ phòng nhân sự 펑 년 쓰 인사부

□ phòng tổng hợp 펑 똥 헙 총무부

□ phòng kinh doanh 펑 낑 조아잉 영업부

□ phòng Marketing 펑 마 껟 띵 마케팅부

□ phòng nghiên cứu phát triển
펑 응으이엔 끄우 팥 찌엔 연구개발부

□ phòng kế toán 펑 께 또안 회계부

□ phòng kế hoạch 펑 께 호아익 기획부

□ hồ sơ 호 써 n. 서류

□ cuộc họp 꾸옥 헙 n. 회의

□ cuộc họp hàng tuần 꾸옥 헙 항 뚜언 주간 회의

□ cuộc họp hàng tháng 꾸옥 헙 항 탕 월간 회의

□ phòng họp 펑 헙 회의실

□ bài phát biểu 바이 팥 비에우 n. 발표

□ phát biểu 팥 비에우 v. 발표하다

- đồng nghiệp 동 응이엡 **n.** 동료

- chức vị 쯕 브이 **n.** 직위

- giám đốc 잠 돕 **n.** 사장

- phó giám đốc 퍼 잠 돕 **n.** 부사장

- trưởng phòng 쯔엉 펑 **n.** 과장

- phó phòng 퍼 펑 **n.** 대리

- nhân viên công ty 년 비엔 꽁 띠 **n.** 사원

- thăng chức 탕 쯕 **v.** 승진하다

- lương tháng 르엉 탕 **n.** 월급

- tổng thu nhập 똥 투 녑 **n.** 총 급여

- lương thực lĩnh 르엉 특 링 **n.** 실수령 급여

□ **thu nhập trung bình** 투 녑 쭝 빙
 n. 평균 급여

□ **lương tối thiểu** 르엉 또이 티에우
 n. 최저 임금

□ **tiền phụ cấp** 띠엔 푸 껍 n. 수당

□ **tiền thưởng** 띠엔 트엉 n. 보너스

□ **đi làm** 디 람 v. 출근하다

□ **giờ đi làm** 저 디 람 n. 출근 시간

□ **đi làm về** 디 람 베 v. 퇴근하다

□ **giờ tan sở** 저 떤 써 n. 퇴근 시간

□ **giờ cao điểm** 저 까오 디엠
 n. 교통 혼잡 시간대, 러시아워

□ **tắc đường** 딱 드엉 a. 길이 막히다

- cuộc đình công 꾸옥 딩 꽁 **n.** 파업
- đình công 딩 꽁 **v.** 파업하다
- nghỉ việc 응이 비엑 **v.** 퇴직하다
- nghỉ hưu 응이 흐우 **v.** 정년 퇴직하다
- nghỉ hưu sớm 응이 흐우 썸 **v.** 조기 퇴직하다
- thôi việc 토이 비엑 **v.** 사직하다
- đơn xin thôi việc 던 씬 토이 비엑 **n.** 사직서
- sa thải 싸 타이 **v.** 해고하다
- bị sa thải 비 싸 타이 **v.** 해고되다
- thay đổi cơ cấu 타이 도이 꺼 꺼우 **v.** 구조조정하다

- nghỉ phép 응이 팹 v. 휴가 가다

- nghỉ phép có lương 응이 팹 꺼 르엉 v. 유급 휴가를 가다

- nghỉ phép không lương 응이 팹 콩 르엉 v. 무급 휴가를 가다

- nghỉ ốm 응이 옴 v. 병가를 가다

- nghỉ thai sản 응이 타이 싼 v. 출산 휴가를 가다

- công ty 꽁 띠 n. 회사

- cơ quan 꺼 꾸안 n. 기관

- doanh nghiệp 조아잉 응이엡 n. 기업

- nhà tuyển dụng 냐 뚜이엔 중 n. 고용주

- tuyển dụng 뚜이엔 중 v. 채용하다

- □ người được tuyển dụng 응으어이 드억 뚜이엔 중 **n.** 피고용인

- □ nhân viên 년 비엔 **n.** 직원

- □ người lao động 응으어이 라오 동 **n.** 근로자

- □ nghề nghiệp 응에 응이엡 **n.** 직업

- □ nhân viên bán hàng 년 비엔 반 항 **n.** 판매원

- □ nhà lập trình 냐 럽 찡 **n.** 프로그래머

- □ thẩm phán 텀 판 **n.** 판사

- □ kiểm sát viên 끼엠 쌋 비엔 **n.** 검사

- □ luật sư 루엇 쓰 **n.** 변호사

- □ công chức nhà nước 꽁 쯕 냐 느억 **n.** 공무원

☐ cảnh sát 까잉 쌑 n. 경찰관

☐ lính cứu hỏa 링 끄우 호아 n. 소방관

☐ nhân viên bưu điện 년 비엔 브우 디엔 n. 우체부

☐ phóng viên 펑 비엔 n. 기자

☐ kế toán 께 또안 n. 회계사

☐ diễn viên 지엔 비엔 n. 배우

☐ kỹ sư 끼 쓰 n. 엔지니어

☐ thợ sửa ống nước 터 쓰어 옹 느억 n. 배관공

☐ đầu bếp 더우 뱁 n. 요리사

☐ thợ làm bánh 터 람 바잉 n. 제빵사

☐ bồi bàn 보이 반 n. 웨이터

- phi công 피 꽁 **n.** 비행기 조종사

- tiếp viên hàng không 띠엡 비엔 항 콩 **n.** 승무원, 스튜어디스

- bác sỹ 박 씨 **n.** 의사

- bác sỹ thú y 박 씨 투 이 **n.** 수의사

- bác sỹ đông y 박 씨 동 이 **n.** 한의사

- bác sỹ nha khoa 박 씨 냐 코아 **n.** 치과의사

- y tá 이 따 **n.** 간호사

- dược sỹ 즈억 씨 **n.** 약사

- kiến trúc sư 끼엔 쭉 쓰 **n.** 건축가

- thợ cắt tóc 터 깥 떡 **n.** 미용사

- thợ trang trí hoa 터 짱 찌 호아 **n.** 플로리스트

# 16

- nông dân 농 전 n. 농부
- nhà nghiên cứu 냐 응이엔 끄우 n. 연구원
- thư ký 트 끼 n. 비서
- tìm việc 띰 비엑 v. 구직하다
- quảng cáo tìm người 꽝 까오 띰 응으어이 n. 구인 광고
- đơn xin việc 던 씨 비엑 n. 지원서
- sơ yếu lý lịch 써 이에우 리 릭 n. 이력서
- kinh nghiệm 낑 응이엠 n. 경력
- giáo dục 자오 죽 n. 교육 v. 교육하다
- phỏng vấn 펑 번 v. 면접하다
- đi phỏng vấn 디 펑 번 v. 면접 보다

# Bài 17. 음식점 & 카페
## Quán ăn và Quán cà phê
꾸안 안 바 꾸안 까 페

MP3. B17

☐ **quán ăn** 꾸안 안 **n.** 음식점
= **nhà hàng** 냐 항

☐ **nhà ăn** 냐 안 **n.** 식당

☐ **đĩa** 디아 **n.** 접시

☐ **bát** 밭 **n.** 그릇

☐ **thực đơn** 특 던 **n.** 메뉴, 식단

☐ **món khai vị** 먼 카이 브이 **n.** 전채 요리

☐ **món chính** 먼 찡 **n.** 메인 요리

☐ **bít tết** 빝 뗕 **n.** 스테이크

☐ **lẩu** 러우 **n.** 샤브샤브

- nướng 느엉 v. 굽다

- sống 쏭 a. 레어

- tái 따이 a. 미디엄 레어

- chín vừa 찐 브어 a. 미디엄

- chín kỹ 찐 끼 a. 웰던

- nấu 너우 v. 익히다

- xào 싸오 v. 볶다

- luộc 루옥 v. 삶다

- rán 잔 v. 튀기다
  = chiên 찌엔

- món chiên 먼 찌엔 n. 튀김

- món tráng miệng 먼 짱 미엥
  n. 디저트, 후식

- món phụ 먼 푸 **n.** 사이드 메뉴

- đặt bàn 닫 반 **v.** 예약하다

- gọi món 거이 먼 **v.** 주문하다

- chọn món 쩐 먼 **v.** (음식을) 선택하다

- gói mang về 거이 망 베
  **v.** 포장해서 가져가다, 테이크아웃하다

- nguyên liệu 응우이엔 리에우 **n.** 재료

- đậu phụ 더우 푸 **n.** 두부

- giò 저 **n.** 베트남식 햄

- nem 냄 **n.** 스프링 롤

- xúc xích 쑥 씩 **n.** 소시지

- nấm 넘 **n.** 버섯

- nấm kim châm 넘 낌 쩜 n. 송이버섯

- mộc nhĩ 목 니 n. 목이버섯

- hải sản 하이 싼 n. 해산물

- ngao 응아오 n. 조개

- sò huyết 써 후이엩 n. 피조개

- sò điệp 써 디엡 n. 가리비

- ốc 옥 n. 소라

- phở 퍼 n. 쌀국수

- phở gà 퍼 가 n. 닭 쌀국수

- phở bò 퍼 버 n. 소고기 쌀국수

- khoai tây chiên 코아이 떠이 찌엔 n. 감자 튀김

- cá rán 까 잔 n. 생선 튀김

- súp 쑵 n. 수프

- canh 까잉 n. 국

- rau luộc 자우 루옥 n. 데친 채소

- rau xào 자우 싸오 n. 채소 볶음

- thịt bò xào 틷 버 싸오 n. 소고기 볶음

- sữa chua 쓰어 쭈어 n. 요거트(요구르트)

- kem 껨 n. 아이스크림

- pho mát 퍼 맏 n. 치즈

- sô cô la 쏘 꼬 라 n. 초콜릿

- kẹo 께오 n. 사탕

- đặc sản 닥 싼 n. 특산물

- bánh mì 바잉 미 n. 빵

- bánh mì nho khô 바잉 미 녀 코 n. 건포도빵

- bánh mì gối 바잉 미 고이 n. 식빵

- bánh mì trứng 바잉 미 쯩 n. 계란을 넣은 빵

- bánh trung thu 바잉 쭝 투 n. 월병

- bánh ga tô 바잉 가 또 n. 케이크

- bánh qui 바잉 꾸이 n. 쿠키

- quán cà phê 꾸안 까 페 n. 카페, 커피숍

- cà phê 까 페 n. 커피

- cà phê đen 까 페 덴 n. 블랙 커피

- cà phê hòa tan 까 페 호아 딴
  **n.** 믹스 커피

- cà phê sữa 까 페 쓰어 **n.** 밀크 커피

- cà phê sữa đá 까 페 쓰어 다
  **n.** 아이스 밀크 커피

- trà 짜 **n.** 차
  = chè 쩨

- trà nóng 짜 넝 **n.** 따뜻한 차

- trà đá 짜 다 **n.** 차가운 차, 아이스티

- trà xanh 짜 싸잉 **n.** 녹차

- trà sữa 짜 쓰어 **n.** 밀크티

- trà thảo dược 짜 타오 즈억 **n.** 허브차

- trà chân châu 짜 쩐 쩌우 **n.** 버블티

☐ nước ép 느억 앱 n. 주스, 과즙

☐ nước chanh 느억 짜잉 n. 레몬 주스

☐ nước cam 느억 깜 n. 오렌지 주스

☐ sinh tố 씽 또 n. 스무디, 생과일 주스

☐ nước 느억 n. 물

☐ đồ uống có ga 도 우옹 꺼 가 n. 탄산음료

☐ đá 다 n. 얼음

☐ ống hút 옹 훋 n. 빨대

☐ rượu 지에우 n. 술

☐ rượu vốt ka 지에우 볻 까 n. 보드카

☐ rượu nếp 지에우 넵 n. 찹쌀술

☐ rượu sâm panh 지에우 썸 빠잉 n. 샴페인

- bia 비아 n. 맥주

- rượu mạnh 지에우 마잉 n. 양주

- rượu nho 지에우 녀 n. 포도주

- cốc 꼽 n. 잔, 컵

- cốc uống trà 꼽 우옹 짜 n. 찻잔

- cốc uống bia 꼽 우옹 비아 n. 맥주잔

- tiền boa 띠엔 보아 n. 팁

- hóa đơn 호아 던 n. 영수증, 계산서

- giấy ăn 저이 안 n. 냅킨

- giấy ướt 저이 으얻 n. 물티슈

- dĩa 지아 n. 포크

- đũa 두어 n. 젓가락

- thìa 티어 n. 숟가락
- đũa và thìa 두어 바 티어 수저(젓가락과 숟가락)
- vị 브이 n. 맛
- ngon 응언 a. 맛있다
- tươi 뜨어이 a. 신선하다
- ngọt 응얻 a. 달다
- đắng 당 a. 쓰다
- cay 까이 a. 맵다
- mặn 만 a. 짜다
- chua 쭈어 a. 시다
- nhạt 냗 a. 싱겁다
- ngấy 응어이 a. 느끼하다

☐ ôi 오이 **a.** 썩다, 상하다
  = thiu 티우

☐ mùi tanh 무이 따잉 **n.** 생선 비린내

# 17

## Bài 18. 상점
## Cửa hàng 끄어 항  MP3. B18

☐ **cửa hàng** 끄어 항 **n.** 상점, 가게

☐ **chợ** 쩌 **n.** 시장

☐ **chợ bán buôn** 쩌 반 부온 **n.** 도매시장

☐ **chợ bán lẻ** 쩌 반 래 **n.** 소매시장

☐ **đi chợ** 디 쩌 **v.** 장을 보다

☐ **siêu thị** 씨에우 티 **n.** 마트

☐ **siêu thị lớn** 씨에우 티 런 **n.** 대형 마트

☐ **trung tâm thương mại**
  쭝 떰 트엉 마이 **n.** 백화점

☐ **mua** 무어 **v.** 사다, 구입하다
  = **mua sắm** 무어 쌈

☐ bán 반 v. 팔다

☐ sản phẩm 싼 펌 n. 상품, 제품

☐ sản phẩm đông lạnh 싼 펌 동 라잉
 n. 냉동 식품

☐ sản phẩm tươi sống 싼 펌 뜨어이 쏭
 n. 신선 식품

☐ hải sản 하이 싼 n. 해산물

☐ sản phẩm chăn nuôi 싼 펌 짠 누오이
 n. 축산물

☐ nhân viên bán hàng 년 비엔 반 항
 n. 백화점 점원, 판매원

☐ thanh toán 타잉 또안 v. 지불하다, 결제하다

☐ thanh toán bằng thẻ 타잉 또안 방 테
 v. 카드로 결제하다

- **trả góp** 짜 겁 **v.** 할부로 결제하다

- **thanh toán một lần** 타잉 또안 몯 런 **v.** 일시불로 결제하다

- **đổi hàng** 도이 항 **v.** 교환하다

- **hoàn tiền** 호안 띠엔 **v.** 환불하다

- **trả lại hàng** 짜 라이 항 **v.** 반품하다

- **hóa đơn** 호아 던 **n.** 영수증, 계산서

- **khu** 쿠 **n.** 구역(백화점의 코너)

- **khu ẩm thực** 쿠 엄 특 **n.** 음식 코너

- **khu thời trang nữ** 쿠 터이 짱 느 **n.** 여성 패션 코너

- **khu thời trang nam** 쿠 터이 짱 남 **n.** 남성 패션 코너

- khu bán đồng hồ 쿠 반 동 호
  n. 시계 코너

- khu đồ trẻ em 쿠 도 쩨 엠
  n. 아동 용품 코너

- khu trưng bày sản phẩm
  쿠 쯩 바이 싼 펌 n. 제품 진열장

- kệ trưng bày 께 쯩 바이 n. 진열대

- khách hàng 카익 항 n. 손님, 고객

- quý khách 꾸이 카익
  n. 고객님 (종업원, 판매원이 손님을 부를 때)

- nhân viên giao hàng 년 비엔 자오 항
  n. 배달 직원

- quầy thanh toán 꾸어이 타잉 또안
  n. 계산대

- nhân viên quầy thanh toán
  년 비엔 꾸어이 타잉 또안 **n.** 계산대 점원

- giá cả 자 까 **n.** 가격, 요금

- đắt 닫 **a.** 비싸다

- rẻ 제 **a.** 싸다

- rẻ hơn 제 헌 **a.** 더 싸다, 저렴하다
  = phải chăng 파이 짱

- mặc cả 막 까 **v.** 흥정하다, 가격을 깎다

- được giảm giá 드억 잠 자 **v.** 할인되다

- hạ giá đồng loạt 하 자 동 로앝
  **v.** 전부 동시에 세일하다 (전품목 세일하다)

- thanh lý hàng tồn kho
  타잉 리 항 똔 커 **v.** 재고를 정리하다

- bán giá gốc 반 자 곱 **v.** 원가로 판매하다

- [ ] hết hàng 헫 항 v. 매진되다

- [ ] khuyến mại 쿠이엔 마이
  v. 판매를 촉진하다

- [ ] sản phẩm khuyến mại
  싼 펌 쿠이엔 마이 n. 할인 상품

- [ ] chất lượng 쩥 르엉 n. 품질

- [ ] cửa hàng thực phẩm 끄어 항 특 펌
  n. 식료품점

- [ ] sản phẩm từ sữa 싼 펌 뜨 쓰어 n. 유제품

- [ ] đồ ăn liền 도 안 리엔 n. 인스턴트 식품

- [ ] mỳ ăn liền 미 안 리엔 n. 라면
  = mỳ tôm 미 똠

- [ ] hạn sử dụng 한 쓰 중 n. 유통기한

- [ ] ngày sản xuất 응아이 싼 쑤얻 n. 제조일

- cửa hàng sách 끄어 항 싸익 **n.** 서점

- cửa hàng văn phòng phẩm
  끄어 항 반 펑 펌 **n.** 문방구

- cửa hàng thịt 끄어 항 틷 **n.** 정육점

- cửa hàng cá 끄어 항 까 **n.** 생선 가게

- cửa hàng gạo 끄어 항 가오 **n.** 쌀가게

- cửa hàng rau 끄어 항 자우 **n.** 채소 가게

- cửa hàng bánh ngọt
  끄어 항 바잉 응얻 **n.** 빵집

- cửa hàng bánh kẹo 끄어 항 바잉 께오
  **n.** 제과점

- cửa hàng kem 끄어 항 껨
  **n.** 아이스크림 가게

- cửa hàng xe máy 끄어 항 쎄 마이
  n. 오토바이 가게

- cửa hàng đồ gia dụng
  끄어 항 도 자 중 n. 가전제품점

- cửa hàng đồ điện tử
  끄어 항 도 디엔 뜨 n. 전자제품점

- cửa hàng điện thoại di động
  끄어 항 디엔 토아이 지 동 n. 휴대폰 가게

- cửa hàng hoa 끄어 항 호아 n. 꽃가게

- cửa hàng kính mắt 끄어 항 낑 맏
  n. 안경점

- kính mắt 낑 맏 n. 안경

- kính áp tròng 낑 압 쩡 n. 콘택트렌즈

- cửa hàng quần áo 끄어 항 꾸언 아오
  **n.** 옷가게

- quần áo 꾸언 아오 **n.** 옷, 의류

- áo 아오 **n.** 상의

- quần 꾸언 **n.** 하의

- thời trang 터이 짱 **n.** 패션

- thiết kế 티엗 께 **n.** 디자인

- cỡ 꺼 **n.** (옷·신발 등의) 크기, 사이즈
  = kích cỡ 끽 꺼

- cửa hàng mỹ phẩm 끄어 항 미 펌
  **n.** 화장품 가게

- mỹ phẩm 미 펌 **n.** 화장품

- nước hoa 느억 호아 **n.** 향수

- nước hoa hồng 느억 호아 홍 **n.** 스킨

- kem chống nắng 껨 쫑 낭 **n.** 썬크림

- son 썬 **n.** 립스틱

- bút kẻ mắt 붇 께 맏 **n.** 아이라이너

- sơn móng tay 썬 멍 따이 **n.** 매니큐어

- phấn nước 펀 느억 **n.** BB 크림

- phấn nền 펀 넨 **n.** 메이크업베이스

- phấn phủ 펀 푸 **n.** 파운데이션

- phấn 펀 **n.** 파우더

- dầu gội đầu 저우 고이 더우 **n.** 샴푸

- dầu xả 저우 싸 **n.** 린스

- kem đánh răng 껨 다잉 장 **n.** 치약

- □ **bàn chải đánh răng** 반 짜이 다잉 장 **n.** 칫솔

- □ **giặt** 잗 **v.** 세탁하다

- □ **giặt tay** 잗 따이 **v.** 손세탁하다

- □ **đồ giặt** 도 잗 **n.** 세탁물

- □ **tiệm giặt là** 띠엠 잗 라 **n.** 세탁소

- □ **đem đến tiệm giặt là** 뎀 덴 띠엠 잗 라 세탁소에 맡기다

- □ **giặt khô** 잗 코 **v.** 드라이클리닝하다

- □ **lấy về** 러이 베 **v.** 찾아오다

- □ **vết bẩn** 벹 번 **n.** 얼룩

- □ **tẩy** 떠이 **v.** 제거하다, 지우다

- □ **tẩy vết bẩn** 떠이 벹 번 얼룩을 제거하다

- vết bẩn biến mất 벹 번 비엔 먿
얼룩이 사라지다

- là 라 v. 다림질하다

- bàn là 반 라 n. 다리미

- sửa 쓰어 v. 수선하다

- vá 바 v. 깁다

- cắt ngắn 깓 응안 v. (길이를) 줄이다

- phòng môi giới bất động sản 펑 모이 저이 벋 동 싼 n. 부동산 중개소

- nhà riêng 냐 지엥 n. 주택

- chung cư 쭝 끄 n. 아파트

- nhà tập thể 냐 떱 테 n. 연립 주택

**Bài 19. 병원 & 은행**
**Bệnh viện và Ngân hàng**
벵 비엔 바 응언 항                    MP3. B19

☐ **bệnh viện** 벵 비엔 **n.** 병원

☐ **bệnh viện tư nhân** 벵 비엔 뜨 년
  **n.** 개인 병원

☐ **bệnh viện đa khoa** 벵 비엔 다 코아
  **n.** 종합 병원

☐ **bác sỹ** 박 씨 **n.** 의사

☐ **y tá** 이 따 **n.** 간호사

☐ **bệnh nhân** 벵 년 **n.** 환자

☐ **khám** 캄 **v.** 진찰하다

☐ **được tư vấn** 드억 뜨 번 **v.** 상담받다

☐ **kiểm tra** 끼엠 짜 **v.** 검사하다

- triệu chứng 찌에우 쯩 n. 증상

- đau 다우 a. 아프다

- bị bỏng 비 벙 v. 화상을 입다

- miệng đắng 미엥 당 입이 쓰다

- vết thương 벧 트엉 n. 상처

- bị thương 비 트엉 v. 상처 입다

- vết thâm 벧 텀 n. 멍

- bị thâm 비 텀 v. 멍이 들다

- mủ 무 n. 고름

- viêm 비엠 n. 염증

- khớp 컵 n. 관절

- viêm khớp 비엠 컵 n. 관절염

- viêm mũi 비엠 무이 **n.** 비염

- ngạt mũi 응앋 무이 코가 막히다

- nước mũi 느억 무이 **n.** 콧물

- cảm cúm 깜 꿈 **n.** 감기

- bị sốt 비 쏟 **v.** 열나다

- ho 허 **v.** 기침하다, 기침이 나다

- rát họng 잗 헝 목이 칼칼하다

- đờm 덤 **n.** 가래

- ngã 응아 **v.** 넘어지다

- trẹo 쩨오 **v.** 삐다
  = trật 쩓

- sưng 쏭 **a.** 붓다

- gãy chân 가이 쩐 v. 다리가 부러지다

- nạng 낭 n. 목발

- huyết áp 후이엗 압 n. 혈압

- huyết áp cao 후이엗 압 까오 n. 고혈압

- huyết áp thấp 후이엗 압 텁 n. 저혈압

- khó tiêu 커 띠에우 a. 소화가 잘 안되다

- dạ dày 자 자이 n. 위

- ruột 주옫 n. 장

- viêm ruột thừa 비엠 주옫 트아 n. 맹장염

- nôn 논 v. 구역질하다, 구토하다

- buồn nôn 부온 논 a. 메스껍다

☐ **bệnh tiêu chảy** 벵 띠에우 짜이 **n.** 설사

☐ **bị tiêu chảy** 비 띠에우 짜이 **v.** 설사하다

☐ **táo bón** 따오 번 **n.** 변비

☐ **chóng mặt** 쩡 맡 **n.** 어지럼증, 현기증

☐ **thiếu máu** 티에우 마우 **n.** 빈혈

☐ **phát ban** 팥 반 **n.** 두드러기

☐ **bị cắn** 비 깐 **v.** (동물에) 물리다

☐ **bị đốt** 비 돝 **v.** (벌레에) 쏘이다

☐ **răng hàm** 장 함 **n.** 어금니

☐ **răng khôn** 장 콘 **n.** 사랑니

☐ **răng sữa** 장 쓰어 **n.** 유치

☐ **răng sâu** 장 써우 **n.** 충치

- bị sâu răng 비 써우 장 v. 충치가 생기다
- nhổ răng 뇨 장 v. 이를 때우다
- chỉnh răng 찡 장 v. 치아 교정하다
- tiền sử bệnh 띠엔 쓰 벵 n. 병력
- chẩn đoán 쩐 도안 v. 진단하다
- nhập viện 녑 비엔 v. 입원하다
- xuất viện 쑤얻 비엔 v. 퇴원하다
- phẫu thuật 퍼우 투얻 v. 수술하다
- gây mê 거이 메 v. 마취시키다
- mũi tiêm 무이 띠엠 n. 주사
- đi tiêm 디 띠엠 v. 주사 맞으러 가다

- người nhà bệnh nhân
  응으어이 냐 벵 년 **n.** 환자 가족

- bảo hiểm y tế 바오 히엠 이 떼
  **n.** 의료 보험

- đơn thuốc 던 투옥 **n.** 처방전

- kê đơn 께 던 **v.** 처방하다

- hiệu thuốc 히에우 투옥 **n.** 약국

- thuốc 투옥 **n.** 약

- thuốc tiêu hóa 투옥 띠에우 호아
  **n.** 소화제

- thuốc ngủ 투옥 응우 **n.** 수면제

- thuốc đau đầu 투옥 다우 더우 **n.** 두통약

- thuốc giảm đau 투옥 잠 다우 **n.** 진통제

□ thuốc hạ sốt 투옥 하 쏟 n. 해열제

□ tác dụng phụ 딱 중 푸 n. 부작용

□ thuốc mỡ 투옥 머 n. 연고

□ băng dán vết thương 방 잔 벧 트엉 n. 반창고, 밴드

□ ngân hàng 응언 항 n. 은행

□ tiền 띠엔 n. 돈

□ tiền mặt 띠엔 맡 n. 현금, 화폐

□ tiền thừa 띠엔 트아 n. 잔돈, 거스름돈

□ ngân phiếu 응언 피에우 n. 수표

□ tài khoản 따이 코안 n. 계좌

□ sổ tiết kiệm 쏘 띠엩 끼엠 n. 저축 통장

- □ **gửi tiền** 그이 띠엔 **v.** 예금하다, 입금하다

- □ **rút tiền** 줃 띠엔 **v.** 돈을 찾다, 출금하다

- □ **chuyển tiền** 쭈이엔 띠엔 **v.** 송금하다

- □ **chuyển khoản** 쭈이엔 코안
  **v.** 계좌 이체하다

- □ **máy rút tiền** 마이 줃 띠엔 **n.** 현금 인출기
  = **cây rút tiền** 꺼이 줃 띠엔

- □ **dịch vụ ngân hàng qua Internet**
  직 부 응언 항 꾸아 인 떠 넫 **n.** 인터넷 뱅킹

- □ **mật khẩu** 먿 커우 **n.** 비밀번호

- □ **tiền lãi** 띠엔 라이 **n.** 이자

- □ **lãi suất** 라이 쑤얻 **n.** 이자율, 금리

- □ **cho vay** 쩌 바이 **v.** 대출하다

□ vay 바이 v. 빌리다

□ tín dụng 띤 중 n. 신용

□ thẻ tín dụng 테 띤 중 n. 신용 카드

□ đổi tiền 도이 띠엔 v. 환전하다

□ phí 피 n. 비용, 요금

□ phí hoa hồng 피 호아 홍
    n. 중개료, 수수료

**Bài 20.** 교통
**Giao thông** 자오 통      MP3. B20

□ giao thông 자오 통 **n.** 교통

□ phương tiện giao thông
   프엉 띠엔 자오 통 **n.** 교통수단

□ giao thông công cộng 자오 통 꽁 꽁
   **n.** 대중교통

□ máy bay 마이 바이 **n.** 비행기

□ sân bay 썬 바이 **n.** 공항

□ hãng hàng không 항 항 콩 **n.** 항공사

□ vé máy bay 베 마이 바이 **n.** 항공권

□ hộ chiếu 호 찌에우 **n.** 여권

□ quầy làm thủ tục 꾸어이 람 투 뚝
   **n.** 카운터

- cửa 끄아 n. 창구

- xuất phát 쑤얻 팓 v. 출발하다

- đi 디 v. 떠나다

- cất cánh 껃 까잉 v. 이륙하다

- đến nơi 덴 너이 v. 도착하다

- hạ cánh 하 까잉 v. 착륙하다

- chuyến bay 쭈이엔 바이 n. 비행편

- một chiều 몯 찌에우 n. 편도

- khứ hồi 크 호이 n. 왕복

- tạm dừng máy bay 땀 증 마이 바이 v. 기항하다

- điểm tạm dừng máy bay 디엠 땀 증 마이 바이 n. 기항지

- □ chỗ ngồi 쪼 응오이 **n.** 좌석

- □ vé hạng phổ thông 베 항 포 통 **n.** 이코노미석

- □ vé hạng thương gia 베 항 트엉 자 **n.** 비즈니스석

- □ vé hạng nhất 베 항 녇 **n.** 일등석

- □ lên 렌 **v.** 타다

- □ lên máy bay 렌 마이 바이 **v.** 탑승하다

- □ lên xe 렌 쎄 **v.** 승차하다

- □ xuống 쑤옹 **v.** 내리다

- □ xuống xe 쑤옹 쎄 **v.** 하차하다

- □ hành lý 하잉 리 **n.** 짐, 수하물

- □ gửi 그이 **v.** 맡기다

- kiểm tra 끼엠 짜 v. 검사하다

- thẩm tra 텀 짜 v. 심사하다

- kiểm tra xuất cảnh 끼엠 짜 쑤얻 까잉 n. 출국 심사

- cổng kiểm tra an ninh 꽁 끼엠 짜 안 닝 n. 검색대

- trong máy bay 쩡 마이 바이 기내

- khoang hành lý 코앙 하잉 리 n. 화물칸

- cơ trưởng 꺼 쯔엉 n. 기장

- tiếp viên hàng không 띠엡 비엔 항 콩 n. 승무원

- đồ ăn trên máy bay 도 안 쩬 마이 바이 n. 기내식

- dây an toàn 저이 안 또안 **n.** 안전벨트

- áo phao cứu sinh 아오 파오 끄우 씽
  **n.** 구명 조끼

- cửa thoát hiểm 끄아 토앋 히엠
  **n.** 비상구

- cửa hàng miễn thuế 끄아 항 미엔 투에
  **n.** 면세점

- tàu hỏa 따우 호아 **n.** 기차

- tàu tốc hành 따우 똡 하잉 **n.** 급행열차

- tàu chậm 따우 쩜 **n.** 완행열차

- tàu chạy thẳng 따우 짜이 탕
  **n.** 직행열차

- ga tàu hỏa 가 따우 호아 **n.** 기차역

- bảng thông báo 방 통 바오 n. 알림판

- sân ga 썬 가 n. 플랫폼

- đường ray 드엉 자이 n. 선로, 레일

- toa hành khách 또아 하잉 카익
  n. 객차, 객실 칸

- chỗ 쪼 n. 자리

- quầy bán vé 꾸어이 반 베 n. 매표소

- vé tàu 베 따우 n. 기차표

- đổi tàu 도이 따우 v. 환승하다

- thời gian biểu vận hành
  터이 잔 비에우 번 하잉 운행 시간표

- nơi đến 너이 덴 n. 목적지

- hành trình 하잉 찡 n. 여정

☐ **tàu điện ngầm** 따우 디엔 응엄 **n.** 지하철

☐ **vé tàu điện ngầm** 베 따우 디엔 응엄 **n.** 지하철 표

☐ **sơ đồ hệ thống tàu điện ngầm**
써 도 헤 통 따우 디엔 응엄 지하철 노선도

☐ **lối ra vào tàu điện ngầm**
로이 자 바오 따우 디엔 응엄 지하철 출입구

☐ **tuyến** 뚜이엔 **n.** 노선

☐ **xe buýt** 쎄 부읻 **n.** 버스

☐ **xe buýt trong thành phố**
쎄 부읻 쩡 타잉 포 시내 버스

☐ **xe buýt chạy ngoại thành**
쎄 부읻 짜이 응오아이 타잉 시외 버스

☐ **xe buýt du lịch** 쎄 부읻 주 릭 관광 버스

- xe buýt giường nằm 쎄 부읻 즈엉 남 슬리핑 버스

- điểm dừng xe buýt 디엠 증 쎄 부읻 n. 정류장

- điểm cuối bến 디엠 꾸오이 벤 n. 종점

- tắc xi 딱 씨 n. 택시

- đồng hồ công tơ mét 동 호 꽁 떠 멛 n. 택시 미터기

- xe đạp 쎄 답 n. 자전거

- mượn 므언 v. 빌리다

- xe máy 쎄 마이 n. 오토바이

- mũ bảo hiểm 무 바오 히엠 n. 헬멧

- khẩu trang 커우 짱 n. 마스크

- thuyền 투이엔 **n.** 배, 선박

- tàu 따우 **n.** 선박, 큰 배

- bến cảng 벤 깡 **n.** 항구

- say tàu 싸이 따우 **n.** 뱃멀미

**20**

## Bài 21. 운전
**Lái xe** 라이 쎄    MP3. B21

□ lái xe 라이 쎄 v. 운전하다

□ ô tô 오 또 n. 자동차

□ xe tải loại nhỏ 쎄 따이 로아이 녀 n. 밴

□ xe con 쎄 껀 n. 승용차

□ xe công ten nơ 쎄 꽁 뗀 너 n. 컨테이너

□ xe tải 쎄 따이 n. 트럭

□ xe đầu kéo 쎄 더우 께오 n. 트레일러

□ vô lăng 보 랑 n. 핸들

□ dây an toàn 저이 안 또안 n. 안전벨트

□ thắt dây an toàn 탇 저이 안 또안
  v. 안전벨트를 매다

210

- tăng tốc 땅 똡 v. 속력을 내다

- chân ga 쩐 가 n. 액셀러레이터, 가속 페달

- đạp chân ga 답 쩐 가 v. 액셀을 밟다

- dừng xe 증 쎄 v. 정지하다

- khởi động 커이 동 v. 제동을 걸다

- phanh 파잉 n. 브레이크

- đạp phanh 답 파잉 v. 브레이크를 밟다

- nắp ca pô 납 까 뽀 n. 보닛

- cốp xe 꼽 쎄 n. 트렁크

- đèn pha trước 덴 파 쯔억
  n. 전조등, 헤드라이트

- đèn xi nhan 덴 씨 냔 n. 방향 지시등

- **đèn dự phòng** 덴 즈 펑
  **n.** (자동차의) 비상등

- **còi** 꺼이 **n.** 경적

- **gương chiếu hậu trong xe**
  그엉 찌에우 허우 쩡 쎄 **n.** 룸미러

- **gương chiếu hậu hai bên**
  그엉 찌에우 허우 하이 벤 **n.** 사이드 미러

- **cần gạt kính xe** 껀 갇 낑 쎄 **n.** 와이퍼

- **cái giảm xóc** 까이 잠 썹 **n.** 범퍼

- **số đăng ký ô tô** 쏘 당 끼 오 또
  **n.** 자동차 등록번호

- **biển số xe** 비엔 쏘 쎄 **n.** 번호판

- **lốp xe** 롭 쎄 **n.** 타이어

- bánh xe 바잉 쎄 **n.** 바퀴

- lốp dự phòng 롭 즈 펑 **n.** 스페어 타이어

- thủng 퉁 **a.** 터지다, 펑크나다

- luật giao thông đường bộ
  루얻 자오 통 드엉 보 **n.** 도로교통법

- vi phạm 브이 팜 **n.** 위반

- tiền phạt 띠엔 팓 **n.** 벌금

- gọi điện thoại trong lúc lái xe
  거이 디엔 토아이 쩡 룩 라이 쎄 운전 중 통화

- uống rượu bia khi tham gia giao thông 우옹 지에우 비아 키 탐 자 자오 통
  음주 운전

- biển báo giao thông 비엔 바오 자오 통
  **n.** 교통 표지판

- biển chỉ đường 비엔 찌 드엉

    n. (도로) 표지판

- biển cảnh báo 비엔 까잉 바오

    n. 경고 표지판

- đường một chiều 드엉 몯 찌에우

    n. 일방통행

- đường hai chiều 드엉 하이 찌에우

    n. 양방통행

- đường vòng 드엉 벙 n. 순환도로

- đèn tín hiệu 덴 띤 히에우 n. 신호등

- vạch cho người đi bộ sang đường 바익 쩌 응으어이 디 보 쌍 드엉

    n. 횡단보도

- chỗ giao với tàu hỏa

    쪼 자오 버이 따우 호아 n. 건널목

- tốc độ 똡 도 n. 속도

- vi phạm tốc độ 브이 팜 똡 도 속도 위반

- tốc độ quy định 똡 도 뀌 딩
  n. 규정 속도, 제한 속도

- nhanh 냐잉 a. 빠르다

- chậm 쩜 a. 느리다

- người lái xe 응으어이 라이 쎄 n. 운전자

- người đi bộ 응으어이 디 보 n. 보행자

- đổ xăng 도 쌍 v. 주유하다

- trạm đổ xăng 짬 도 쌍 n. 주유소

- xăng 쌍 n. 휘발유, 가솔린

- dầu 저우 n. 경유, 디젤

- khí thiên nhiên 키 티엔 니엔
  **n.** 천연 가스

- lít 릳 **n.** 리터

- lượng 르엉 **n.** 양

- rửa xe 즈어 쎄 **v.** 세차하다

- bãi rửa xe 바이 즈어 쎄 **n.** 세차장

- đánh bóng 다잉 벙 **v.** 왁스로 닦다

- đỗ xe 도 쎄 **v.** 주차하다

- bãi đỗ xe 바이 도 쎄 **n.** 주차장

- bãi đỗ xe do nhà nước quản lý
  바이 도 쎄 저 냐 느억 꾸안 리 **n.** 공영 주차장

- bãi đỗ xe miễn phí 바이 도 쎄 미엔 피
  **n.** 무료 주차장

- bãi đỗ xe thu phí 바이 도 쎄 투 피
  **n.** 유료 주차장

- cấm đỗ xe 껌 도 쎄 **v.** 주차 금지하다

- giao thông phức tạp 자오 통 픅 땁
  교통이 혼잡하다

- ùn tắc giao thông 운 딱 자오 통
  교통이 지체되다

- chỗ quay đầu xe 쪼 꾸아이 더우 쎄
  **n.** 유(U)턴

- rẽ trái 제 짜이 **v.** 좌회전하다

- rẽ phải 제 파이 **v.** 우회전하다

- giấy phép lái xe 저이 팹 라이 쎄
  **n.** 운전면허증

- thi bằng lái xe 티 방 라이 쎄
  운전면허시험을 치다

- đường 드엉 n. 도로

- đường cao tốc 드엉 까오 똡 n. 고속도로

- vỉa hè 비아 헤 n. 인도

- vạch giữa hai làn đường
  바익 즈아 하이 란 드엉 n. 중앙선

- nơi giao nhau 너이 자오 냐우 n. 교차로

- lề đường 레 드엉 n. 갓길

- gờ giảm tốc 거 잠 똡 n. 과속방지턱

- đường hầm 드엉 험 n. 터널

- ra khỏi đường hầm 자 커이 드엉 험
  터널을 빠져나오다

□ **cảnh sát giao thông** 까잉 쌋 자오 통
  **n.** 교통경찰

# Bài 22. 숙박
## Nhà trọ 냐 쩌
MP3. B22

☐ trọ 쩌 v. 묵다

☐ ở trọ 어 쩌 v. 숙박하다

☐ thuê phòng 투에 펑 v. 방을 잡다

☐ nhà trọ 냐 쩌 n. 숙박 시설

☐ phòng trọ 펑 쩌 n. 숙소

☐ khách sạn 카익 싼 n. 호텔

☐ quầy lễ tân 꾸어이 레 떤 n. 접수대

☐ nhận phòng 년 펑 v. 체크인하다

☐ trả phòng 짜 펑 v. 체크아웃하다

☐ phòng đôi 펑 도이 n. 더블룸

- phòng đơn 펑 던 n. 싱글룸

- phòng cao cấp 펑 까오 껍 n. 스위트룸

- số phòng 쏘 펑 n. 방 호수

- phàn nàn 판 난 v. 불평하다

- trang thiết bị 짱 티엩 비 n. 장비, 시설

- máy lạnh 마이 라잉 n. 냉방, 냉방 시설

- thiết bị sưởi 티엩 비 쓰어이 n. 난방 시설

- hệ thống thông gió 헤 통 통 저
  n. 환기, 환기 시설

- điều hòa nhiệt độ 디에우 호아 니엩 도
  n. 에어컨

- quạt máy 꾸앝 마이 n. 선풍기

- quạt sưởi 꾸앝 쓰어이 n. 온풍기

- **nhân viên lễ tân** 년 비엔 레 떤
  접수대 안내원

- **nhân viên phụ trách phòng**
  년 비엔 푸 짜익 펑 프론트 담당자

- **nhân viên tạp vụ** 년 비엔 땁 부
  하우스키퍼, 객실 담당 직원

- **nhân viên khuân vác hành lý**
  년 비엔 쿠언 박 하잉 리
  **n.** 벨보이, 수하물 담당 직원

- **phòng tắm** 펑 땀 **n.** 샤워실

- **phòng vệ sinh** 펑 베 씽 **n.** 화장실

- **phòng giặt** 펑 잗 **n.** 세탁실

- **nhà ăn** 냐 안 **n.** 식당

- **dịch vụ phòng** 직 부 펑 **n.** 룸서비스

- két sắt 껟 쌑 n. 금고

- két sắt cá nhân 껟 쌑 까 년 개인 금고

- quầy bar mi ni 꾸어이 바 미 니 미니바

- sử dụng 쓰 중 v. ~을 이용하다

- sạch sẽ 싸익 쎄 a. 깨끗하다, 청결하다

- ngăn nắp 응안 납 a. 정돈되다

- bừa bộn 브어 본 a. 지저분하다

- bẩn 번 a. 불결하다

- thoải mái 토아이 마이 a. 편안하다

- khó chịu 커 찌우 a. 불편하다

- ban công 반 꽁 n. 발코니

- sân thượng 썬 트엉 n. 테라스

- hướng nhìn 흐엉 닌 **n.** 전망

- hướng nhìn ra biển 흐엉 닌 자 비엔
  바다 전망

- hướng nhìn vào thành phố
  흐엉 닌 바오 타잉 포 시내 전망

- cái dù 까이 주 **n.** 파라솔

- bể bơi 베 버이 **n.** 수영장

- bể bơi trong nhà 베 버이 쩡 냐 실내 수영장

- bể bơi ngoài trời 베 버이 응오아이 쩌이
  야외 수영장

- giá cả 자 까 **n.** 가격, 요금

- giá chưa khuyến mại 자 쯔어 쿠이엔 마이
  **n.** 전액 요금(할인되지 않은 요금)

- giá khuyến mại 자 쿠이엔 마이 **n.** 할인 요금

□ phụ phí 푸 피 n. 추가 요금

□ thuế 투에 n. 세금, 세액

□ tiền phòng 띠엔 펑 n. 숙박료
= tiền thuê phòng 띠엔 투에 펑

□ trả 짜 v. (비용을) 치르다

□ 1 đêm 몯 뎀 n. 1박

□ mùa cao điểm 무어 까오 디엠 n. 성수기
= mùa nhiều việc 무어 니에우 비엑

□ mùa vắng khách 무어 방 카익 n. 비수기
= mùa ít việc 무억 읻 비엑

□ lưu trú 르우 쭈 v. 체류하다
= ở 어

□ ở lại 어 라이 v. 머물다

- **chuỗi khách sạn** 쭈오이 카익 싼
  **n.** 체인 호텔

- **khách sạn cao cấp** 카익 싼 까오 껍
  **n.** 특급 호텔

- **nhà trọ thanh niên** 냐 쩌 타잉 니엔
  **n.** 유스호스텔

- **nhà khách** 냐 카익 **n.** 게스트하우스

- **trọ ở nhà dân** 쩌 어 냐 전 **v.** 민박하다

- **đặt phòng** 닫 펑 **v.** 숙소를 예약하다

- **hủy** 후이 **v.** 취소하다

- **hủy đặt phòng** 후이 닫 펑
  **v.** 방 예약을 취소하다

- **ga trải giường** 가 짜이 즈엉 **n.** 침대 시트

- **chăn** 짠 **n.** 이불

- chăn mỏng 짠 멍 n. 담요

- gối 고이 n. 베개

- khăn tắm 칸 땀 n. 수건, 타월

- dầu gội đầu 저우 고이 더우 n. 샴푸

- dầu xả 저우 싸 n. 린스

- bàn chải đánh răng 반 짜이 다잉 장 n. 칫솔

- kem đánh răng 껨 다잉 장 n. 치약

- lược 르억 n. 빗

- máy sấy tóc 마이 쎄이 떱 n. 드라이어

- dao cạo râu 자오 까오 저우 n. 면도기

- giấy vệ sinh 저이 베 씽 n. 화장지, 휴지

- giấy ăn 저이 안 n. 티슈, 곽티슈

## Bài 23. 관광
## Du lịch 주 릭

MP3. B23

- du lịch 주 릭 v. 관광하다

- quầy hướng dẫn du lịch
  꾸어이 흐엉 전 주 릭 n. 관광 안내소

- hướng dẫn 흐엉 전 v. 안내하다

- hướng dẫn viên 흐엉 전 비엔 n. 가이드

- kế hoạch 께 호아익 n. 계획

- bản đồ 반 도 n. 지도

- khách du lịch 카익 주 릭 n. 관광객

- điểm du lịch 디엠 주 릭 n. 관광지

- Vịnh Hạ Long 빙 하 렁 n. 하롱베이

☐ **Hồ Hoàn Kiếm** 호 호안 끼엠
  **n.** 호안 끼엠 호수

☐ **Chùa Một Cột** 쭈어 몯 꼳 **n.** 일주사

☐ **Văn Miếu** 반 미에우 **n.** 문묘

☐ **bia tưởng niệm** 비아 뜨엉 니엠 **n.** 기념비

☐ **tòa nhà** 또아 냐 **n.** 건물

☐ **chùa** 쭈어 **n.** 사원, 절

☐ **thành** 탕 **n.** 성

☐ **nhà thờ** 냐 터 **n.** 성당

☐ **cảnh vật** 까잉 벋 **n.** 경치

☐ **phong cảnh** 펑 까잉 **n.** 풍경

☐ **di tích** 지 띡 **n.** 유적지

- viện bảo tàng 비엔 바오 땅 **n.** 박물관

- Viện bảo tàng lịch sử Việt Nam
비엔 바오 땅 릭 쓰 비엩 남 베트남 역사박물관

- mở cửa 머 끄아 **v.** 개장하다

- đóng cửa 덩 끄아 **v.** 폐장하다

- buổi triển lãm 부오이 찌엔 람 **n.** 전시회

- tác phẩm 딱 펌 **n.** 작품

- hoàng cung 호앙 꿍 **n.** 왕궁

- vua 부어 **n.** 왕

- hoàng hậu 호앙 허우 **n.** 왕후

- hoàng tử 호앙 뜨 **n.** 왕자

- công chúa 꽁 쭈어 **n.** 공주

- quảng trường 꾸앙 쯔엉 n. 광장
- công viên 꽁 비엔 n. 공원
- vườn bách thú 브언 바익 투 n. 동물원
- vườn bách thảo 브언 바익 타오
  n. 식물원
- công viên vui chơi 꽁 비엔 부이 쩌이
  n. 놀이공원
- công viên nước 꽁 비엔 느억
  n. 워터파크
- đến thăm 덴 탐 v. 방문하다
- thăm quan 탐 꾸안 v. 관람하다
- nổi tiếng 노이 띠엥 a. 유명하다
- ấn tượng 언 뜨엉 a. 인상적인

- trang nghiêm 짱 응이엠 **a.** 장엄한

- mang giá trị lịch sử 망 자 찌 릭 쓰
  **a.** 역사적인

- mang giá trị văn hoá 망 자 찌 반 호아
  **a.** 문화적인

- mang tính thương mại 망 띵 트엉 마이
  **a.** 상업적인

- chương trình thăm quan
  쯔엉 찡 탐 꾸안 **n.** 투어 프로그램

- tham gia 탐 자 **v.** 참여하다

- chuyến du lịch 쭈이엔 주 릭 **n.** 여행

- du lịch trọn gói 주 릭 쩐 거이
  **n.** 패키지 여행

- du lịch tự do 주 릭 뜨 저 **n.** 배낭여행

- thú vui ăn uống 투 부이 안 우옹 n. 식도락

- cá nhân 까 년 n. 개인

- đoàn 도안 n. 단체
  = tập thể 떱 테

- hành trình 하잉 찡 n. 여정

- lộ trình du lịch 로 찡 주 릭 n. 여행 코스

- ngân sách 응언 싸익 n. 예산

- khu vực 쿠 븍 n. 지역

- thành phố 타잉 포 n. 도시

- nông thôn 농 톤 n. 시골, 농촌

- núi 누이 n. 산

- suối 쑤오이 n. 계곡

- sông 쏭 **n.** 강

- hồ 호 **n.** 호수

- biển 비엔 **n.** 바다

- bờ biển 버 비엔 **n.** 해변

- vào 바오 **v.** 입장하다

- đi vào 디 바오 **v.** 들어가다

- lối vào 로이 바오 **n.** 입구

- vé vào cửa 베 바오 끄아 **n.** 입장권

- phí vào cửa 피 바오 끄아 **n.** 입장료

- đi ra 디 자 **v.** 나가다

- lối ra 로이 자 **n.** 출구

- lên kế hoạch 렌 께 호아익
  **v.** 계획을 세우다

- điểm đến 디엠 덴 **n.** 목적지

- địa điểm du lịch 디아 디엠 주 릭
  **n.** 여행지

- phố 포 **n.** 길, 거리

- đại lộ 다이 로 **n.** 큰 길, 대로

- khoảng cách 코앙 까익 **n.** 거리, 간격

- chụp ảnh 쭙 아잉 **v.** 사진을 찍다

- tự chụp ảnh 뜨 쭙 아잉 **v.** 셀카를 찍다

- kỷ niệm 끼 니엠 **n.** 추억, 기념

- đồ lưu niệm 도 르우 니엠 **n.** 기념품

- móc chìa khóa 멉 찌아 코아 **n.** 열쇠고리

- quà 꾸아 **n.** 선물
  = quà tặng 꾸아 땅

- bưu thiếp 브우 티엡 **n.** 엽서

- đặc sản địa phương 닥 싼 디아 프엉
  **n.** 지역 특산물

- đại sứ quán 다이 쓰 꾸안 **n.** 대사관

- visa 브이 자 **n.** 비자
  = thị thực 티 특

- hộ chiếu 호 찌에우 **n.** 여권

# 23

## Bài 24. 사건 & 사고
## Tai nạn và Sự cố 따이 난 바 쓰 꼬  MP3. B24

☐ bị thương 비 트엉 v. 다치다

☐ bị ngã 비 응아 v. 넘어지다

☐ đau 다우 a. 아프다

☐ xương 쓰엉 n. 뼈

☐ gãy 가이 v. 부러지다

☐ gãy xương 가이 쓰엉 v. 뼈가 부러지다

☐ bỏng 벙 n. 화상

☐ bị bỏng 비 벙 v. 데다

☐ bị tê cóng 비 떼 껑 v. 동상 (추위에 살갗이 어는)
= bị tê buốt 비 떼 부옫

☐ bị cứa 비 끄아 v. (날카로운 물건에) 베이다

□ bị đâm 비 덤 v. 찔리다

□ máu 마우 n. 피

□ chảy máu 짜이 마우 v. 피 흘리다

□ cầm máu 껌 마우 v. 지혈하다

□ băng 방 n. 붕대

□ thạch cao 타익 까오 n. 깁스, 석고 붕대

□ bình tĩnh 빙 띵 a. 침착하다

□ cấp cứu 껍 끄우 v. 응급 치료하다

□ khẩn cấp 컨 껍 a. 긴급하다

□ cứu hộ 끄우 호 v. 구조하다

□ xử lý cấp cứu 쓰 리 껍 끄우
  v. 응급 조치하다

- □ hộp cấp cứu 헙 껍 끄우 **n.** 구급 상자

- □ xe cấp cứu 쌔 껍 끄우 **n.** 구급차, 앰뷸런스

- □ phòng cấp cứu 펑 껍 끄우 **n.** 응급실

- □ lên cơn 렌 껀 **v.** 발작하다

- □ ngừng tim 응 띰 **n.** 심장마비

- □ hồi sinh tim phổi 호이 씽 띰 포이
  **v.** 심폐소생술하다

- □ ngột ngạt 응옽 응앝
  **a.** 답답하다, 숨쉬기 힘들다

- □ ngạt thở 응앝 터 **v.** 숨이 막히다

- □ ngất 응얻 **v.** 기절하다, 실신하다

- □ dìu 지우 **v.** 부축하다

- □ chữa 쯔어 **v.** 치료하다

- làm cho trấn tĩnh 람 쩌 쩐 띵 v. 진정시키다

- hồi phục 호이 푹 v. 회복하다
  = khỏi 커이

- điều trị 디에우 찌 v. 치유하다

- cảnh sát 까잉 쌑 n. 경찰

- đồn cảnh sát 돈 까잉 쌑 n. 경찰서

- khai báo 카이 바오 v. 신고하다

- tội phạm 또이 팜 n. 범죄, 범죄자

- phạm tội 팜 또이 v. 범죄를 저지르다

- ăn trộm 안 쫌 v. 훔치다

- trộm cắp 쫌 깝 v. 도둑질하다

- nạn trộm cướp 난 쫌 끄업 n. 도난

- cướp 끄업 v. 강도질하다

- móc túi 멉 뚜이 v. 소매치기하다

- lừa đảo 르어 다오 v. 사기치다

- kẻ lừa đảo 께 르어 다오 n. 사기꾼

- giết người 지엩 응으어이 v. 살인하다

- tội phạm giết người
  또이 팜 지엩 응으어이 n. 살인범

- nhân chứng 년 쯩 n. 증인

- người chứng kiến
  응으어이 쯩 끼엔 n. 목격자

- mất 먿 v. 분실하다
  = thất lạc 턷 락

- mất tích 먿 띡 v. 실종되다

- đánh mất 다잉 먿 v. 잃어버리다
  = lạc mất 락 먿

- trẻ lạc 쩨 락 n. 미아

- đồ bị mất 도 비 먿 n. 분실물
  = đồ thất lạc 도 턷 락

- phòng bảo quản đồ thất lạc
  펑 바오 꾸안 도 턷 락 n. 분실물 보관소

- sự cố 쓰 꼬 n. 사고
  = tai nạn 따이 난

- tai nạn giao thông 따이 난 자오 통
  n. 교통사고

- tai nạn va quệt 따이 난 바 꾸엩
  n. 접촉 사고

- va chạm 바 짬 v. 충돌하다

- va đập 바 덥 v. 부딪히다

- trượt 쯔얻 v. 미끄러지다

- xe kéo 쌔 깨오 n. 견인차

- vượt 브얻 v. 추월하다

- vượt quá tốc độ 브얻 꾸아 똡 도 과속

- bỏ trốn 버 쫀 v. 뺑소니 치다

- bảo hiểm 바오 히엠 n. 보험

- chết đuối 쩯 두오이 n. 익사

- nhân viên cứu hộ 년 비엔 끄우 호 n. 구조원

- nhân viên đảm bảo an toàn
  년 비엔 담 바오 안 또안 n. 안전 요원

☐ hỏa hoạn 호아 호안 n. 화재
  = cháy 짜이

☐ nổ 노 n. 폭발

☐ xe cứu hỏa 쎄 끄우 호아 n. 소방차

☐ trạm cứu hỏa 짬 끄우 호아 n. 소방서

☐ thiên tai 티엔 따이 n. 자연 재해

☐ lở núi 러 누이 n. 산사태

☐ động đất 동 덛 n. 지진

☐ sóng thần 썽 턴 n. 해일

**Bài 25.** 숫자
**Số** 쏘  MP3. B25

☐ không 콩 0

☐ một 몯 1

☐ hai 하이 2

☐ ba 바 3

☐ bốn 본 4

☐ năm 남 5

☐ sáu 싸우 6

☐ bảy 바이 7

☐ tám 땀 8

☐ chín 찐 9

☐ mười 므어이 10

- □ mười một 므어이 몯 11

- □ mười hai 므어이 하이 12

- □ mười ba 므어이 바 13

- □ mười bốn 므어이 본 14

- □ mười lăm 므어이 람 15

- □ mười sáu 므어이 싸우 16

- □ mười bảy 므어이 바이 17

- □ mười tám 므어이 땀 18

- □ mười chín 므어이 찐 19

- □ hai mươi 하이 므어이 20

- □ hai mươi mốt 하이 므어이 몯 21

- □ hai mươi lăm 하이 므어이 람 25

- ba mươi 바 므어이 30

- ba mươi mốt 바 므어이 몯 31

- ba mươi lăm 바 므어이 람 35

- bốn mươi 본 므어이 40

- năm mươi 남 므어이 50

- sáu mươi 싸우 므어이 60

- bảy mươi 바이 므어이 70

- tám mươi 땀 므어이 80

- chín mươi 찐 므어이 90

- một trăm 몯 짬 100 백

- một nghìn 몯 응인 1.000 천
  = một ngàn 몯 응안

- mười ngàn 므어이 응안 10.000 만

- một trăm ngàn 몯 짬 응안
  100.000 십만

- một triệu 몯 찌에우
  1.000.000 백만

- mười triệu 므어이 찌에우
  10.000.000 천만

- một trăm triệu 몯 짬 찌에우
  100.000.000 억

- một tỷ 몯 띠 1.000.000.000 십억

- không phẩy không một
  콩 퍼이 콩 몯 0,01 0.01

- không phẩy một 콩 퍼이 몯 0,1 0.1

- không phẩy hai lăm 콩 퍼이 하이 람
  0,25 0.25

- không phẩy bốn 콩 퍼이 본 0,4 0.4

- □ **thứ nhất** 트 녓 1번째
- □ **thứ nhì** 트 니 2번째
  = **thứ hai** 트 하이
- □ **thứ ba** 트 바 3번째
- □ **thứ tư** 트 뜨 4번째
- □ **thứ năm** 트 남 5번째
- □ **thứ sáu** 트 싸우 6번째
- □ **thứ bảy** 트 바이 7번째
- □ **thứ tám** 트 땀 8번째
- □ **thứ chín** 트 찐 9번째
- □ **thứ mười** 트 므어이 10번째
- □ **thứ một trăm** 트 몯 짬 100번째

### Bài 26. 베트남 화폐(VND, đồng)
### Tiền Việt Nam 띠엔 비엩 남 (동)   MP3. B26

☐ 1.000 đồng 몯 응안 동, 몯 응인 동 천 동

☐ 2.000 đồng 하이 응안 동 2천 동

☐ 5.000 đồng 남 응안 동 5천 동

☐ 10.000 đồng 므어이 응안 동 만 동

☐ 20.000 đồng 하이 므어이 응안 동 2만 동

☐ 50.000 đồng 남 므어이 응안 동 5만 동

☐ 100.000 đồng 몯 짬 응안 동 십만 동

☐ 200.000 đồng 하이 짬 응안 동 2십만 동

☐ 500.000 đồng 남 짬 응안 동 5십만 동

## Bài 27. 모양
### Hình dạng 힝 장

MP3. B27

☐ chấm 쩜 n. 점

☐ đường 드엉 n. 선

☐ mặt phẳng 맡 팡 n. 면

☐ đường thẳng 드엉 탕 n. 직선

☐ đường cong 드엉 껑 n. 곡선

☐ hình lập thể 힝 럽 테 n. 입체

☐ đường chéo 드엉 쩨오 n. 사선

☐ hình tròn 힝 쩐 n. 원, 원형

☐ hình ê líp 힝 에 립 n. 타원형

☐ hình bán nguyệt 힝 반 응위엩 n. 반원

☐ tròn 쩐 a. 둥글다

☐ hình cầu 힝 꺼우 n. 구

☐ hình nón 힝 넌 n. 원뿔

☐ hình tam giác 힝 땀 작 n. 삼각형

☐ hình vuông 힝 부옹 n. 정사각형

☐ hình chữ nhật 힝 쯔 녙 n. 직사각형

☐ hình ngũ giác 힝 응우 작 n. 오각형

☐ hình lục giác 힝 룩 작 n. 육각형

☐ hình hộp chữ nhật 힝 홉 쯔 녙 n. 육면체

☐ hình thất giác 힝 턷 작 n. 칠각형

☐ hình bát giác 힝 받 작 n. 팔각형

☐ hình đa giác 힝 다 작 n. 다각형

- bằng phẳng 방 팡 a. 평평하다

- song song 썽 썽 n. 수평

- vuông góc 부옹 겁 n. 수직

- nhọn 년 a. 뾰족하다

- hình sao 힝 싸오 n. 별 모양

- hình mũi tên 힝 무이 뗀 n. 화살표 모양

## Bài 28. 색깔
**Màu sắc** 마우 싹                    MP3. B28

□ màu trắng 마우 짱 **n.** 흰색

□ màu đen 마우 덴 **n.** 검정색

□ màu xám 마우 쌈 **n.** 회색

□ màu đỏ 마우 더 **n.** 빨간색

□ màu da cam 마우 자 깜 **n.** 주황색

□ màu vàng 마우 방 **n.** 노란색

□ màu xanh nõn chuối
　마우 싸잉 넌 쭈오이 **n.** 연두색

□ màu xanh lá cây 마우 싸잉 라 꺼이
　**n.** 초록색

□ màu xanh da trời 마우 싸잉 자 쩌이
　**n.** 하늘색

- màu xanh nước biển 마우 싸잉 느억 비엔 n. 파란색

- màu xanh tím than 마우 싸잉 띔 탄 n. 남색

- màu tím 마우 띔 n. 보라색

- màu tím nhạt 마우 띔 냗 n. 연보라색

- màu hồng 마우 홍 n. 분홍색

- màu mận chín 마우 먼 찐 n. 자주색

- màu nâu 마우 너우 n. 갈색

- màu ka ki 마우 까 끼 n. 카키색

- màu vàng ánh kim 마우 방 아잉 낌 n. 금색

- màu bạc 마우 박 n. 은색

- đậm 덤 a. 짙다

- tối 또이 a. 어둡다

- nhạt 녇 a. 옅다

- sáng 쌍 a. 밝다

- 7 sắc cầu vồng 바이 싹 꺼우 봉
  a. 무지갯빛의

- nhiều màu 니에우 마우 a. 여러 색의

- một màu 몯 마우 a. 단색의

## Bài 29. 위치
**Vị trí** 브이 찌     MP3. B29

☐ trên 쩬 **ad.** 위에

☐ trước 쯔억 **ad.** 앞에

☐ dưới 즈어이 **ad.** 아래에

☐ sau 싸우 **ad.** 뒤에

☐ ngoài 응오아이 **ad.** 밖에

☐ trong 쩡 **ad.** 안에

☐ bên cạnh 벤 까잉 **ad.** 옆에

☐ bên trái 벤 짜이 **ad.** 왼쪽에

☐ giữa 즈어 **ad.** 사이에

☐ ở giữa 어 즈어 **ad.** 가운데에

□ bên phải 벤 파이 **ad.** 오른쪽에

□ đối diện 도이 지엔 **ad.** 맞은편에

□ về phía 베 피아 ~쪽으로

□ hướng về 흐엉 베 ~을 향하여

# Bài 30. 방향
## Phương hướng 프엉 흐엉

□ phía bắc
피아 박
n. 북쪽

□ phía tây bắc
피아 떠이 박
n. 북서쪽

□ phía đông bắc
피아 동 박
n. 북동쪽

□ phía tây
피아 떠이
n. 서쪽

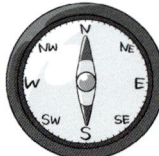

□ phía đông
피아 동
n. 동쪽

□ phía tây nam
피아 떠이 남
n. 남서쪽

□ phía đông nam
피아 동 남
n. 남동쪽

□ phía nam
피아 남
n. 남쪽

## Bài 31. 지도
**Bản đồ** 반 도

MP3. B31

- Châu Âu 쩌우 어우 **n.** 유럽

- Trung Đông 쭝 동 **n.** 중동

- Châu Phi 쩌우 피 **n.** 아프리카

- Châu Á 쩌우 아 **n.** 아시아

- Châu Đại Dương 쩌우 다이 즈엉 **n.** 오세아니아

- Bắc Mỹ 박 미 **n.** 북아메리카

- Trung Mỹ 쭝 미 **n.** 중앙아메리카

- Nam Mỹ 남 미 **n.** 남아메리카

- Bắc Cực 박 끅 **n.** 북극

- Nam Cực 남 끅 **n.** 남극

- Thái Bình Dương 타이 빙 즈엉
  **n.** 태평양

- Ấn Độ Dương 언 도 즈엉 **n.** 인도양

- Đại Tây Dương 다이 떠이 즈엉
  **n.** 대서양

- Biển Bắc Cực 비엔 박 끅 **n.** 북극해

- Biển Nam Cực 비엔 남 끅 **n.** 남극해

- Địa Trung Hải 디아 쭝 하아 **n.** 지중해

## Bài 32. 국가
**Quốc gia** 꾸옥 자     MP3. B32

- Châu Á 쩌우 아 **n.** 아시아

- Hàn Quốc 한 꾸옥 **n.** 한국

- người Hàn Quốc 응으어이 한 꾸옥
  **n.** 한국인

- tiếng Hàn Quốc 띠엥 한 꾸옥 **n.** 한국어

- Việt Nam 비엩 남 **n.** 베트남

- người Việt Nam 응으어이 비엩 남
  **n.** 베트남 사람

- tiếng Việt Nam 띠엥 비엩 남 **n.** 베트남어

- Trung Quốc 쭝 꾸옥 **n.** 중국

- người Trung Quốc 응으어이 쭝 꾸옥
  **n.** 중국인

- tiếng Trung Quốc 띠엥 쭝 꾸옥 **n.** 중국어

- Nhật Bản 녓 반 **n.** 일본

- người Nhật Bản 응으어이 녓 반 **n.** 일본인

- tiếng Nhật Bản 띠엥 녓 반 **n.** 일본어

- Thái Lan 타이 란 **n.** 태국

- Cam pu chia 깜 뿌 찌아 **n.** 캄보디아

- Lào 라오 **n.** 라오스

- Mi an ma 미 안 마 **n.** 미얀마

- Ma lai si a 마 라이 씨 아 **n.** 말레이시아

- In đô nê si a 인 도 네 씨 아 **n.** 인도네시아

- Sing ga po 씽 가 뻐 **n.** 싱가포르

- Ấn Độ 언 도 **n.** 인도

- Nê Pan 네 빤 n. 네팔

- Phi Líp Pin 피 립 삔 n. 필리핀

- Đài Loan 다이 로안 n. 타이완

- Pakistan 빠 끼 스 딴 n. 파키스탄

- Uzbekistan 우 저 베 끼 스 딴 n. 우즈베키스탄

- Kazakh-stan 까 작 스 딴 n. 카자흐스탄

- Trung Đông 쭝 동 n. 중동

- Ả rập xê út 아 럽 쎄 웉 n. 사우디아라비아

- I ran 이 란 n. 이란

- Thổ Nhĩ Kỳ 토 니 끼 n. 터키

- **Châu Đại Dương** 쩌우 다이 즈엉
  **n.** 오세아니아

- Úc 욱 **n.** 호주

- Niu Di Lân 뉴 지 런 **n.** 뉴질랜드

- **Bắc Mỹ** 박 미 **n.** 북아메리카

- Hoa Kỳ 호아 끼 **n.** 미국
  = Mỹ 미

- Ca na đa 까 나 다 **n.** 캐나다

- **Trung Mỹ** 쭝 미 **n.** 중앙아메리카

- Mê xi cô 메 씨 꼬 **n.** 멕시코

- Goa tê ma la 과 떼 마 라 **n.** 과테말라

- Honduras 혼 두 랕 **n.** 온두라스

- **Nam Mỹ** 남 미 **n.** 남아메리카

▢ **Ác hen ti na** 악 헨 띠 나 **n.** 아르헨티나

▢ **Braxin** 버 라 씬 **n.** 브라질

▢ **Chi Lê** 찌 레 **n.** 칠레

▢ **Pêru** 뻬 루 **n.** 페루

▢ **Paraguay** 빠 라 고아이 **n.** 파라과이

- **Châu Âu** 쩌우 어우 **n.** 유럽

▢ **Anh** 아잉 **n.** 영국

▢ **tiếng Anh** 띠엥 아잉 **n.** 영어

▢ **Đức** 득 **n.** 독일

▢ **tiếng Đức** 띠엥 득 **n.** 독일어

▢ **Pháp** 팝 **n.** 프랑스

- tiếng Pháp 띠엥 팝 **n.** 프랑스어
- Tây Ban Nha 떠이 반 냐 **n.** 스페인
- Ai len 아이 랜 **n.** 아일랜드
- Thụy Sỹ 투이 씨 **n.** 스위스
- Áo 아오 **n.** 오스트리아
- Bỉ 비 **n.** 벨기에
- Bồ Đào Nha 보 다오 냐 **n.** 포르투갈
- Hi Lạp 히 랍 **n.** 그리스
- Ý 이 **n.** 이탈리아
- Hà Lan 하 란 **n.** 네덜란드
- Đan Mạch 단 마익 **n.** 덴마크
- Na Uy 나 위 **n.** 노르웨이

- Thụy Điển 투이 디엔 **n.** 스웨덴

- Phần Lan 펀 란 **n.** 핀란드

- Séc 쎅 **n.** 체코

- Ukraina 우 꺼 라이 나 **n.** 우크라이나

- Nga 응아 **n.** 러시아

- **Châu Phi** 쩌우 피 **n.** 아프리카

- Ma rốc 마 롭 **n.** 모로코

- An giê ri 안 제 리 **n.** 알제리

- Ai Cập 아이 껍 **n.** 이집트

- Cộng Hòa Nam Phi 꽁 호아 남 피 **n.** 남아프리카 공화국

- Ca mơ run 까 머 룬 **n.** 카메룬

- Công gô 꽁 고 **n.** 콩고

## Bài 33. 접속사 & 전치사 & 부사
MP3. B33

### 1. 접속사 Quan hệ từ 꾸안 헤 뜨

☐ **và** 바 그리고, ~과

☐ **nhưng** 니응 그러나, 하지만
  = **nhưng mà** 니응 마 ~이지만

☐ **vì** 브이 ~때문에, ~니까
  = **bởi vì** 버이 브이

☐ **nên** 넨 그래서

☐ **để** 데 ~위해서
  = **nhằm** 념

☐ **thế** 테 (**thì** 티) 그렇다면

☐ **còn** 껀 그러면, 반면

☐ **hay** 하이 또는

- □ **nhân dịp** 년 집 ~하는 김에

- □ **bằng** 방 ~로써(수단, 방법)

- □ **nhờ** 녀 ~덕분에

- □ **hơn** 헌 ~보다도, ~에 비하여

- □ **mãi mới** 마이 머이 한참 뒤에

- □ **~cũng được** ~꿍 드억
  ~해도 괜찮다(상관없다)

- □ **~mới được** ~머이 드억
  ~해야 비로소 가능하다

- □ **A rồi B** A(아) 조이 B(베) A 하고 나서 B 해요

- □ **~luôn** ~루온 바로 ~하다

- □ **A chứ không B** A(아) 쯔 콩 B(베)
  A이지 B가 아니다

- lại 라이 다시, 또

- cả A lẫn B 까 A(아) 런 B(베) A, B 둘 다

- là 라 ~한다고
  = rằng 장

- vào 바오 ~에(시간, 공간의 표면 위)

- lúc 룩 (몇 시)~에

- từ A đến B 뜨 A(아) 덴 B(베)
  A에서 B까지(시간, 장소)

- nếu A thì B 네우 A(아) 티 B(베)
  만약에 A하면 B하다

- giá (mà) A thì B 자 (마) A(아) 티 B(베)
  만약 A라면 B일 텐데

- vừa A vừa B 브아 A(아) 브아 B(베)
  A하면서 B하다

- (mặc) dù A nhưng B
  (막) 주 A(아) 니응 B(베)
  비록 A에도 불구하고 B하다
  = tuy A nhưng B 뚜이 A(아) 니응 B(베)

- tại vì A nên B 따이 브이 A(아) 넨 B(베)
  A때문에 B하다
  = bởi vì A nên B 버이 브이 A(아) 넨 B(베)

- sở dĩ B là vì A 써 지 B(베) 라 브이 A(아)
  B는 A하기 때문이다

- không những A mà còn B
  콩 니응 A(아) 마 껀 B(베)
  A 뿐만 아니라 B까지 하다
  = đã A lại còn B 다 A(아) 라이 껀 B(베)

- càng A càng B 깡 A(아) 깡 B(베)
  A 할수록 점점 B하다

- (A) cách B (A(아)) 까익 B(베)
  (A)는 B로부터 떨어져 있다 (시간, 거리)

- được ~(기간) rồi 드억 ~(기간) 조이
  ~기간이나 시간이 흘렀다

- không phải là A mà là B
  콩 파이 라 A(아) 마 라 B(베) A가 아니라 B이다

- vừa ~ đã 브아 ~ 다 하자마자~ 바로~

- đâu ~ đấy 더우 ~ 더이 ~하는 대로
  = sao ~ vậy 싸오 ~ 버이

## 2. 전치사 Giới từ 저이 뜨

- bằng 방 ~으로(방법, 수단, 소재 등)

- với 버이 함께, ~과
  = cùng 꿍
  = cùng với 꿍 버이

- trong 쩡 ~안에, ~에(위치를 표현하는)

- ngoài 응오아이 ~밖에

- trên 쩬 ~위에

- dưới 즈어이 ~아래에, ~밑에

- giữa 즈어 ~가운데

- tại 따이 ~에서

- của 꿔 ~의

- cho 쩌 ~에게

- về 베 ~에 대해
  = đến 덴
  = tới 떠이

## 3. 부사 **Phó từ** 퍼 뜨

☐ **đã** 다 ~했다(과거)

☐ **sẽ** 쎄 ~할 것이다(미래)

☐ **đang** 당 ~하는 중이다(현재진행)

☐ **mới** 머이 방금 ~하다

☐ **sắp** 쌉 막 ~하려고 하다, 곧

☐ **định** 딩 ~할 예정이다

☐ **được** 드억 ~게 되다

☐ **nên** 넨 ~해야 한다

☐ **hơn nữa** 헌 느아 더구나, 게다가
    = **ngoài ra** 응오아이 자

☐ **rất** 젇 아주, 매우

- lắm 람 매우, 대단히
- quá 꾸아 너무, 몹시
- thật 텃 진짜로, 정말로
- cũng 꿍 역시, ~도
- không còn 콩 껀 더 이상 ~아니다
- đừng 등 ~하지 말라
- qua 꾸아 ~을 통해서
- đều ~ cả 데우 ~ 까 모두 다

## Bài 34. 종별사

- □ cái 까이 개

    (일반적인 물건의 성격을 명확히 해 주거나 세는 단위)

- □ cái bàn 까이 반 책상

- □ chiếc 찌엑 대(교통수단, 탈것, 기계 등의 성격을
    명확히 해 주거나 세는 단위)

- □ chiếc tủ lạnh 찌엑 뚜 라잉 냉장고

- □ con 껀 마리

    (동물의 성격을 명확히 해 주거나 세는 단위)

- □ con gà 껀 가 닭

- □ con dao 껀 자오 칼

- □ con sông 껀 쏭 강

- [ ] quả 꾸아 개
  (과일의 성격을 명확히 해 주거나 세는 단위)

- [ ] quả táo 꾸아 따오 사과

- [ ] đàn 단 무리, 떼
  (동물의 무리 등의 성격을 명확히 해 주거나 세는 단위)

- [ ] đàn bò 단 버 소 떼

- [ ] đống 동 더미

- [ ] đống gạch 동 가익 벽돌 더미

- [ ] quyển 꾸엔 권
  (책, 공책 등의 성격을 명확히 해 주거나 세는 단위)

- [ ] quyển vở 꾸엔 버 공책

- [ ] tờ 떠 장
  (종이, 신문 등의 성격을 명확히 해 주거나 세는 단위)

- tờ báo 떠 바오 신문

- đôi 도이 벌, 켤레
  (젓가락, 신발 등의 성격을 명확히 해 주거나 세는 단위)

- đôi giày 도이 자이 신발

- bộ 보 세트

- bộ mỹ phẩm 보 미 펌 화장품 세트

- cặp 깝 쌍, 커플

- cặp vợ chồng 깝 버 쫑 부부

- bài 바이 단원, 과

- bài 34 바이 바 므어이 본 34과

- hoa 호아 꽃

- hoa hồng 호아 홍 장미 꽃

- [ ] bức 븍 장, 점, 통

    (그림, 편지, 벽 등의 성격을 명확히 해 주거나 세는 단위)

- [ ] bức tường 븍 뜨엉 벽

- [ ] 2 cái bàn 하이 까이 반 책상 2개

- [ ] 5 con gà 남 껀 가 닭 5마리

- [ ] 3 quả táo 바 꾸아 따오 사과 3개

- [ ] 2 quyển vở 하이 꾸엔 버 공책 2권

- [ ] 1 đôi dép 몯 도이 젭 신발 1켤레

- [ ] 3 cốc 바 꼽 3컵

- [ ] 1 đĩa 몯 디아 1접시

## 히어로 왕초보 시리즈

막힘없이 쉽게!
리얼 발음으로 자연스럽게!
어디서나 간편하게!

**히어로 왕초보 시리즈**

막힘없이 쉽게!
리얼 발음으로 자연스럽게!
어디서나 간편하게!

## 히어로 왕초보 시리즈

막힘없이 쉽게!
리얼 발음으로 자연스럽게!
어디서나 간편하게!